INSIGHT PUBLICA®

INSIGHT PUBLICA®
Nadakkavu, Kozhikode, Kerala
www.insightpublica.com
e-mail: insightpublica@gmail.com

Daivathinte kanneer

(Malayalam)

Novel

Dr. Radhakrishnan Velayudhan

First Edition : March 2013
Fifth Edition: October 2021

ISBN 978-93-82709-09-1

ദൈവത്തിന്റെ കണ്ണീർ

ഡോ. രാധാകൃഷ്ണൻ വേലായുധൻ

INSIGHT PUBLICA

തിരുവനന്തപുരം ജില്ലയിലെ കല്ലിയൂരിൽ ഹൈസ്കൂൾ അധ്യാപകനായിരുന്ന എൻ. വേലായുധന്റേയും കെ. ശാരദയുടെയും മകനായി 1963 ൽ ജനനം. പുന്നമൂട് ഗവ. ഹൈസ്കൂൾ, ഗവ. ആർട്സ് കോളേജ്, മഹാത്മാഗാന്ധികോളേജ്, യൂണിവേഴ്സിറ്റി കോളേജ് എന്നിവിടങ്ങളിൽ വിദ്യാഭ്യാസം. ഒ.വി. വിജയന്റേയും ആനന്ദിന്റേയും നോവലുകളെ ആസ്പദമാക്കി യു.ജി.സി ഫെല്ലോഷിപ്പോടെ നടത്തിയ ഗവേഷണത്തിന് 1998ൽ ഡോക്ടറേറ്റ് ബിരുദം. പൊതുവിദ്യാഭ്യാസവകുപ്പിലെ ജൂനിയർ സൂപ്രണ്ട് തസ്തികയിൽ നിന്നും 2018 ൽ സ്വയം വിരമിച്ചു.

ഡോ. രാധാകൃഷ്ണൻ വേലായുധൻ

ചരിത്രത്തിലില്ലാത്തവരോട് ചരിത്രം ചെയ്യുന്നത്

പത്മനാഭൻ ബ്ലാത്തൂർ

"**എ**ല്ലാ മതങ്ങളുടെയും എല്ലാ ജനതകളുടെയും കഥയിതാണ്. ഘോരവും ആവേശകരവുമൊക്കെയായ കത്തിപ്പടരലിനുശേഷം ജനങ്ങൾ അത്താഴത്തിനായി അടുപ്പു കൂട്ടുന്നു. സ്വന്തപ്പെട്ടവരുടെ വേർപാടിന്റെ കണ്ണുനീർ തുടച്ച് അവർ പുതിയ ജീവിതം തളിർപ്പിക്കുന്നു. വലിയ വലിയ ചരിത്രസ്മാരകങ്ങൾക്കരികെ അവർ മല വിസർജ്ജനം നടത്തുന്നു. എല്ലാ മതങ്ങളുടെയും കഥയിതാണ്. ജനങ്ങൾ സ്വയം തോൽപ്പിച്ച മൂഢ കഥ''.

(പ്രകൃതി നിയമം: സി.ആർ പരമേശ്വരൻ)

ഒരടഞ്ഞ സമൂഹമാണ് നമ്മുടേത്. മതം, രാഷ്ട്രീയം, ലൈംഗികത എന്നിവയെക്കുറിച്ച് ഒട്ടും തുറവിയില്ലാത്ത സമീപനങ്ങളാണ് നാം പുലർത്തി വരുന്നത്. മതത്തെക്കുറിച്ചോ ലൈംഗികതയെക്കുറിച്ചോ ചുറപ്പെട്ടുപോയ വാക്ക് ഉല്പാദിപ്പിച്ചേക്കാവുന്ന അർത്ഥാനർത്ഥങ്ങൾക്കായി ഭീതിയോടെ കാത്തു നിൽക്കേണ്ടി വരുന്ന ചതിയൻ കാലത്തിൽ എഴുത്ത് ഒരു രാഷ്ട്രീയ പ്രവർത്തനപ്പുറത്തേയ്ക്ക് വളരുന്നു.

'ദൈവത്തിന്റെ കണ്ണീർ' എന്ന ഈ നോവൽ മനുഷ്യനെ ഒരു പുനർവായനക്കുവിധേയമാക്കുന്നു - അവന്റെ ഇന്നോളമുള്ള ചെയ്തികളെയെല്ലാം വിചാരണ ചെയ്തു കൊണ്ട്.

എന്താണ് ചരിത്രം? ''അതിനാൽ ചരിത്രമെന്നത് ഒരു കെട്ടുകഥയാണ്'' എന്ന ലളിതമായ വാക്യം ഇതിലെ ഒരു കഥാപാത്രം ഒരിക്കൽ ഉരുവിടുന്നു. വേറൊരിടത്ത്, ''മനുഷ്യനു ചരിത്രം സൃഷ്ടിക്കാനോ അതിന്റെ ഗതിയിൽ മാറ്റങ്ങൾ വരുത്താനോ കഴിയില്ല മാൾവാ... അവന്റെ ചലനങ്ങളും അവന്റെ പദ്ധതികളും അവനു സഹായകമായി ലഭി

ക്കുന്ന ജന സമൂഹങ്ങളും പോലും അവനാൽ നിർണ്ണീതമല്ലായിരിക്കേ അവന് അതെങ്ങനെയാണ് കഴിയുക'' എന്ന് സംശയിക്കുന്നുമുണ്ട്. രാജാക്കന്മാർ നയിച്ച പടയോട്ടങ്ങളുടേയും കൂട്ടക്കൊലകളുടേയും ദീർഘവിചാരണകളുടേയും കഥകളാണോ ചരിത്രം? ഈ രാജാക്കന്മാർക്കായി ജീവൻ കൊടുത്ത പരശ്ശതം ജനങ്ങളെ ചരിത്രം എങ്ങിനെയാണ് അടയാളപ്പെടുത്തിയത്? ഭരിക്കുകയും ഭരിക്കപ്പെടുകയും ചെയ്തവർക്കൊപ്പം ഭരിക്കാതെയും ഭരിക്കപ്പെടാതെയും കടന്നു പോയ ജനലക്ഷങ്ങളെ ചരിത്രം എങ്ങിനെ നോക്കികാണുന്നു.? 'ദൈവത്തിന്റെ കണ്ണീർ ഉയർത്തുന്ന ചോദ്യങ്ങൾ നിരവധിയാണ്.

ചരിത്രത്തെക്കുറിച്ച് ഖലീൽ ജിബ്രാൻ പറഞ്ഞ ഒരു കഥ:

അന്ത്യോക്കസ് രാജാവ് അസ്സി നദിയിൽ നഗരത്തിന്റെ ഇരുപാതകളേയും ബന്ധിപ്പിക്കാനായി ഒരു പാലം പണിതു. കോവർ കഴുതകളുടെ പുറത്ത് കുന്നുകളിൽ നിന്നും കൊണ്ടു വന്ന വമ്പൻ കല്ലുകളുപയോഗിച്ച് പണി കഴിഞ്ഞപ്പോൾ രാജാവ് ഒരു സ്തൂപത്തിൽ കൊത്തി വച്ചു. 'അന്ത്യോക്കസ് രണ്ടാമൻ പണിത പാലം.' ഒരു വൈകുന്നേരം ഒരു യുവാവ് ആ വാക്കുകൾ മായ്ച്ചു കളഞ്ഞ് അതിനു മേലേ ഇങ്ങനെ എഴുതി: ''ഈ പാലത്തിന്റെ കല്ലുകൾ കുന്നുകളിൽ നിന്ന് ഇറക്കിക്കൊണ്ടുവന്നത് കോവർ കഴുതകളാണ്. പാലത്തിലൂടെ പോകുന്നവർ ഈ കോവർ കഴുതകളുടെ പുറത്താണ് യാത്രചെയ്യുന്നത്.''

ഇതു വായിച്ചവരിൽ ചിലർ ചിരിച്ചു. ചിലർ അത്ഭുതപ്പെട്ടു. വേറെ ചിലർ അയാൾക്കു കിറുക്കാണെന്നഭിപ്രായപ്പെട്ടു. പക്ഷെ ഒരു കോവർ കഴുത ചിരിച്ചുകൊണ്ട് മറ്റൊരു കോവർ കഴുതയോട് പറഞ്ഞു: ''ഈ കല്ലുകളെല്ലാം ചുമന്നത് നമ്മളാണെന്ന് നിനക്കോർമ്മയില്ലേ? എന്നിട്ടും ഇതുവരേയും എന്താണു പറഞ്ഞിരുന്നത്? ഈ പാലം പണിതത് അന്ത്യോക്കസ് രാജാവാണെന്ന്''.

ഈ കഥയിൽ സംഭവിച്ചതുപോലെ തീർത്തും എളുപ്പത്തിൽ പരിഹരിക്കാവുന്ന ഒന്നല്ല ചരിത്രത്തെ സംബന്ധിക്കുന്ന പ്രശ്നങ്ങൾ. ഭാവികാലത്തിനായി ചരിത്രം അവശഷിപ്പിച്ച തിരുവടയാളങ്ങളുടെ വായനയും പഠനവും തീർത്തും വസ്തുനിഷ്ഠമോ കുറ്റമറ്റതോ അല്ല. വായിക്കപ്പെട്ടവയേക്കാളധികം വായിക്കപ്പെടാത്ത - ഒരിക്കലും വായിച്ചെടുക്കാനാവാത്ത ഒരായിരം സൂക്ഷ്മ രേഖകൾ ഓരോ പുരാവസ്തുവും കാത്തുവയ്ക്കുന്നുണ്ട്. തീർത്തും പരിമിതമായ വിഭവങ്ങളോടെ- സൂക്ഷ്മമല്ലാത്ത ഒരുക്കങ്ങളോടെയും - നടത്തപ്പെടുന്ന അന്വേഷണങ്ങൾ ശരിയായ ചരിത്രത്തെ ഇരുട്ടിലാക്കും. ഇങ്ങനെയാവുമ്പോൾ ഒരുമ്പെട്ടിറങ്ങിയവന്റെ തോന്നലുകളിൽ കവിഞ്ഞ് മറ്റെന്താണ് ചരിത്രം?

നാടുവാഴുന്ന ഈ പൊതുബോധ്യങ്ങൾക്കപ്പുറമുള്ള യാഥാർത്ഥ്യങ്ങളെയാണ് ഈ നോവൽ അന്വേഷിക്കുന്നത്. എല്ലാ ചോദ്യങ്ങൾക്കും

ഉത്തരം കിട്ടണമെന്ന വാശിയല്ല, ശരിയായ ചോദ്യങ്ങളെല്ലാം ചോദിക്കപ്പെടണമെന്ന നിർബന്ധമാണ് എഴുത്തുകാരൻ കൊണ്ടുനടക്കുന്നത്. പ്രപഞ്ചഘടനയിൽ താരതമ്യേന നിസ്സാരനായ മനുഷ്യൻ എല്ലാത്തിന്റേയും ഉടമയും അധികാരിയുമാണെന്ന അഹങ്കാരത്തെയാണ് അയാൾ ചോദ്യം ചെയ്യുന്നത്. പ്രകൃതിയെ അതിന്റെ പാട്ടിനുവിട്ട് ഒന്നിലും ഇടപെടാതെ, സഹകരിച്ച് മുന്നോട്ടുപോകാനാവുന്ന വഴികളാണ് അയാൾ തിരയുന്നത്.

ഒരെഴുത്തുകാരന്റെ വാക്കുകളെ തിരഞ്ഞുപോകുമ്പോൾ അയാളുടെ ആത്മവത്തയിലേക്കുതന്നെയാണു നാമെത്തിച്ചേരുന്നത്. ഭാഷയുടെ ഏറ്റവും ചെറിയ ഘടകമാണല്ലോ വാക്ക്. പൊന്ന് ഊതിക്കാച്ചിയെടുക്കുന്നതുപോലെ വാക്കുകളെ മിനുക്കിയെടുത്താണ് എഴുത്തുകാരൻ തന്റെ രചനാ ശിൽപം മെനയുന്നത്. ഭാഷ മാധ്യമമെന്നതിനപ്പുറം പ്രതിപാദ്യം തന്നെയായി വളരുന്നതും ഇങ്ങനെയാവാം. 'ഒ.വി. വിജയന്റെ രചനകളിൽ വാക്ക് മന്ത്രമോ ശുദ്ധസംഗീതമോ ആയി മാറി' എന്ന് 'രോഗത്തിന്റെ പൂക്കളി'ൽ വി. രാജകൃഷ്ണൻ നിരീക്ഷിക്കുന്നുണ്ട്. മുല, തീട്ടം, വളി എന്നീ വാക്കുകൾ പ്രത്യക്ഷപ്പെടുന്ന പുസ്തകം വീട്ടിൽ എല്ലാവർക്കും കാണാവുന്നിടത്ത് വയ്ക്കാൻ മാത്രം ഇനിയും മുതിർന്നിട്ടില്ല സാധാരണ മലയാളി വായനക്കാരൻ. കൃഷ്ണഗാഥയിലെ രാസക്രീഡ, ശബ്ദം താഴ്ത്തിവായിക്കുന്ന ആസ്വാദകനിലാണ് അശ്ലീലം എന്ന തിരിച്ചറിവിലേക്ക് എത്താൻ ഇനിയും ഏറെ ദൂരം താണ്ടേണ്ടതുണ്ടവന്.

ശ്ലീലാ ശ്ലീലങ്ങൾക്കിടയിലെ അതിർവരമ്പ് വളരെ നേർത്തതാണ്. നാട്ടുവഴക്കങ്ങളിൽ വളരെ സ്വാഭാവികമായി ഉപയോഗിക്കപ്പെടുന്ന ചില വാക്കുകൾ 'സംസ്കാര സമ്പന്നർ'ക്കിടയിൽ നികൃഷ്ടമായി പരിഗണിക്കപ്പെടാറുണ്ട്. മനുഷ്യശരീരത്തിലെ രഹസ്യഭാഗങ്ങളെക്കുറിക്കുന്ന പദങ്ങൾ ആ അവയവങ്ങളെപ്പോലെ തന്നെ പൊതിഞ്ഞു സൂക്ഷിക്കുന്നതാണ് നാട്ടുരീതി. കണ്ണ്, മൂക്ക്, ചെവി എന്നിവയെപ്പോലെ ഒരു വെറും വാക്കല്ല മുല എന്നു കയർക്കുന്ന സദാചാരവാദികൾക്ക് വെറും സദാചാര ചിഹ്നം മാത്രമാണ് വാക്ക്. സന്ദർഭത്തിൽ നിന്നടർത്തിമാറ്റപ്പെടുന്ന വാക്ക് വെറും ശബ്ദങ്ങളാവും. ഒരു പ്രത്യേക സന്ദർഭത്തിൽ പുറപ്പെടുന്ന വാക്ക് മറ്റൊരിടത്ത് അർത്ഥശൂന്യമോ അശ്ലീലമോ ആയി അനുഭവപ്പെട്ടേക്കും. 'വാക്ക് സത്യമാണ്, വാക്കാണ് സത്യം' എന്ന നിലപാട് ഏറെ വിലപിടിപ്പുള്ളതാണ്.

'ദൈവത്തിന്റെ കണ്ണീർ' എന്ന ഈ നോവലിൽ ഇത്തരത്തിലുള്ള നിരവധി സന്ദർഭങ്ങളിലൂടെ വായനക്കാരന് കടന്നുപോവേണ്ടതുണ്ട്. ശ്ലീലാശ്ലീല വിഭജനം എളുപ്പമല്ലാതാക്കുന്ന എഴുത്തുനിലകളിലൂടെയാണ് ഈ യാത്രകൾ. പട്ടുപാവാട, തണുത്ത രോമക്കാടുകൾ, ജഘനഭാരം എന്നീ വാക്കുകൾ മണിപ്രവാള കവികളുടെ ചെപ്പിൽ ധാരാളമായിരുന്നു. എന്നാൽ ശൃംഗാര കവികളുടെ ശരീരസ്പർശിയായ

ലളിതപദാവലികൾക്കു നിർവ്വഹിക്കാനുള്ള ധർമ്മമല്ല, ആധുനികാനന്തര രചനകളിൽ ഈ വാക്കുകൾക്കുള്ളത്. 'ഇങ്ങനെയല്ലാതെ പിന്നെങ്ങിനെ' എന്ന സന്ദേഹം പോലുമില്ല എഴുത്തുകാരന്. പൂർണ്ണ ബോധ്യത്തിൽ നിന്നു തന്നെയാണ്, ഇതിലെ ഓരോ വാക്കും കടന്നുവരുന്നത്. പുതിയ സൗന്ദര്യബോധമാർജ്ജിക്കാനാവാത്ത എഴുത്തുകാരൻ തൊട്ടാൽ ഇവ കൈ പൊള്ളിക്കുമെന്നുമാത്രം.

രതിയും പ്രണയവും ഈ നോവലിന്റെ കേന്ദ്ര പ്രമേയങ്ങളല്ല. എന്നാൽ മനുഷ്യന്റെ മുക്തിയിലേക്കുള്ള ചവിട്ടുപടികളാണ് ഓരോ രതിയനുഭവവും. ഇതിലെ കഥാപാത്രങ്ങളായ മാൾവയ്ക്കും ഗുജ്റിഫിനും കാൽപനിക പ്രണയസങ്കൽപ്പങ്ങളില്ല. വേർതിരിച്ചെടുക്കാനാവാത്ത ഒരു ബന്ധം കോർത്തെടുക്കുന്ന അടുപ്പത്തിലാണവർ. ഒരു പൂവു വിരിയുന്നതുപോലെ തീർത്തും സ്വാഭാവികം. ലോകത്തിന്റെ ഏതു കോണിൽ നിന്നുള്ളവരായാലും മാൾവയും ഗുജ്റിഫും തമ്മിൽ– കുഞ്ഞയ്യപ്പനും ഉല്ലീഞ്ഞും – തമ്മിൽ നടന്നതു തന്നെയേ സംഭവിക്കൂ, അവർ സ്വതന്ത്രരാണെങ്കിൽ; ചരിത്രത്തിന്റേയും, ദേശീയതയുടെയും ഒഴിയാബാധകൾ അവരെ വേട്ടയാടുന്നില്ലെങ്കിൽ.

ഇപ്പറഞ്ഞതിനെല്ലാമപ്പുറം 'ദൈവത്തിന്റെ കണ്ണീർ' ഒരു ദാർശനികാന്വേഷണവുമാണ്. ഇന്നോളമുള്ള തന്റെ അന്വേഷണങ്ങളെയും വ്യഥകളെയും വെളിപ്പെടുത്താനുള്ള ഒരുപാധി കൂടിയായി നോവലിസ്റ്റ് എഴുത്തിനെ കാണുന്നു. എഴുത്തിൽ വന്നുചേർന്ന പരിണാമത്തിന്റെ ഗൗരവപൂർണ്ണമായ രൂപരേഖയാണിത്. ചരിത്രത്തിൽ ഇടം കിട്ടാത്തവരോട് ചരിത്രം എന്താണ് ചെയ്തതെന്ന് ആഴത്തിൽ തിരയുന്ന കഥാപാത്രം എഴുത്തുകാരന്റെ തന്നെ നിഴലാണെന്നു പറയാം. ലോകമിന്നോളം അനുഭവിച്ച പലായനങ്ങളുടെയും പരാജയങ്ങളുടെയും തീവ്രവേദനകളാണ് ഒരിക്കലുമുണങ്ങാത്ത മുറിവുകളായി ഇന്നും സംസ്കൃതിയെ പൊള്ളിക്കുന്നത്.

'ദൈവത്തിന്റെ കണ്ണീർ' പുതിയ ഉത്തരങ്ങളിലേക്കു നയിച്ചുവെന്നു വരില്ല. ഒരുപക്ഷേ, ഒരായിരം പുതിയ ചോദ്യങ്ങളിലേക്ക് നമ്മെ ഉണർത്തിയേക്കാനും മതി. ഒരു കാര്യം തീർച്ച, പുതിയ വായനയുടെ ആളനക്കമില്ലാത്ത ഒറ്റയടിപ്പാതയിൽ ഈ നോവൽ നമുക്കൊരു കൂട്ടാകും; പ്രത്യയശാസ്ത്ര ശാഠ്യങ്ങളെ തൽക്കാലം ഒഴിവാക്കിനിർത്തുമെങ്കിൽ.

'ദൈവത്തിന്റെ കണ്ണീർ' എന്റെ ഹൃദയത്തിൽ വന്നു പതിച്ചു എന്ന റിയിക്കട്ടെ. തീർത്തും നവ്യവും ഒപ്പം തീവ്രവും തീക്ഷണവുമായ അനുഭവം. ഉള്ളം ഉരുകിത്തിളച്ചുമറിഞ്ഞ് ഒഴുകിപ്പടർന്ന് താങ്കളെപ്പോലെ എന്റെ മനസ്സും അശാന്തമായിപ്പോയി. എന്നെ അസ്വസ്ഥനാക്കിയതിന് നന്ദി...

താങ്കളുടെ സർഗധ്യാനത്തിൽ, എഴുത്തിന്റെ വഴികൾ തീർച്ചയായും ഇതൊരു പൂത്തുവിരിയലാണെന്ന് ഞാൻ ദൃഢമായി വിശ്വസിക്കുന്നു. ദീർഘസംവത്സരങ്ങൾക്കൊടുവിലാണല്ലോ, അശാന്തിയുടെ പാരമ്യതയിൽ താങ്കൾ ഈ കൃതി സാക്ഷാത്കരിച്ചത്..

താങ്കളുടെ വ്യതിരിക്തവ്യക്തിത്വത്തിന്റെ ഹൃദയമുദ്രകൾ ഈ നോവൽ സാക്ഷ്യപ്പെടുത്തുന്നു.. പതിവുവഴിത്താരയിൽ നിന്നകന്ന്, സാമ്പ്രദായികരീതികളെല്ലാം കൈവെടിഞ്ഞ്, ചിട്ടവട്ടങ്ങളും കുടഞ്ഞെറിഞ്ഞ് ആരുമേ കാണാത്ത, പറയാത്ത ഇടം തേടിയായിരുന്നു താങ്കൾ നടന്നതെന്ന് ഈ കൃതി വിളിച്ചോതുന്നു! ഇത് മൗലികതയുടെ സാക്ഷ്യപത്രം... താങ്കളുടെ തന്റേടത്തിനും വേറിട്ട മനസ്സിനും അനുമോദനം...

ഹൃദയത്തിൽ കൊള്ളുന്ന അനേകം ചോദ്യങ്ങളിലേക്കും ഖിന്നതകളിലേക്കുമാണ് ഈ നോവൽ എന്നെ വഴി നടത്തിയത് എന്നറിയുക. എന്നെപ്പോലുള്ള സമാനമനസ്കർ ഇനി അത് വായിച്ചനുഭവിക്കട്ടെ...

പ്രപഞ്ചവും കാലവും ലോകവും മനുഷ്യരാശിയും മതവും വേദോപനിഷത്തുകളും രാഷ്ട്രീയവും ചരിത്രവും ദർശനവും ലൈംഗികതയും എല്ലാം ചേർന്ന് ഈ കൃതി എന്നെ വരിഞ്ഞുമുറുക്കി. ഈ നൂറ്റാണ്ടിലെ അനാഥനായ മനുഷ്യന്റെ അസ്തിത്വാന്വേഷണം - അവന്റെ ആകുലതകൾ, വ്യാകുലതകൾ, ധർമ്മസങ്കടങ്ങൾ, ആത്മരോദനങ്ങൾ, ആത്മഹർഷങ്ങൾ...

ഈ കൃതിയിൽ വിരിഞ്ഞുലയുന്ന ദാർശനികാന്വേഷണം നമ്മുടെ അകക്കണ്ണ് തുറപ്പിക്കാൻ പോന്നതാണ്.

അതെ, 'ദൈവത്തിന്റെ കണ്ണീർ' മനുഷ്യനെ പുനർവിചിന്തനത്തിന് അതിശക്തമായി പ്രേരിപ്പിക്കുന്നു. മനുഷ്യന്റെ പുനർവായനയും അത് ആവശ്യപ്പെടുന്നു. ലോകസമക്ഷം ഉയർത്തുന്ന ഈ ചോദ്യങ്ങൾ നമ്മുടെ ഉൾക്കണ്ണ് തുറപ്പിക്കാൻ പോന്നതാണ്. 'ദൈവത്തിന്റെ കണ്ണീരി'ന്റെ ശക്തി സൗന്ദര്യത്തിനുമുന്നിൽ എന്റെ കൂപ്പുകൈ.

താങ്കളുടെ കഠിനവേദനകൾക്കും കാത്തിരിപ്പിനും ഒടുവിൽ ഫലപ്രാപ്തിയുണ്ടാല്ലോ എന്നോർത്ത് ഞാനും അകംനിറഞ്ഞ് ആഹ്ലാദിച്ചുകൊള്ളട്ടെ, രാധാകൃഷ്ണാ...

മാൾവയെയും ഗുജ്റിഫിനെയും കുഞ്ഞയ്യപ്പനെയും ഉല്ലീഞ്ഞിനെയും നെഞ്ചോടു ചേർത്തു വെച്ചുകൊണ്ട് ഈ കുറിമാനം അവസാനിപ്പിക്കുന്നു.

സ്നേഹാശംസകളോടെ,
ഹൃദയപൂർവ്വം
വി.വി. പ്രഭാകരൻ

കാസർകോട്
ജനുവരി 5, 2013

കവിയും തിരക്കഥാകൃത്തുമായ പപ്പനാണ് (ശ്രീ. പത്മനാഭൻ ബ്ലാത്തൂർ) 'നടന്നോളൂ ആർ.കെ കൂടെയുണ്ട്' എന്നോതി ദൃഢപ്പെടുത്തിയത്. ആത്മ സുഹൃത്തായ പപ്പനും സൗഹൃദ സന്ദേശം നൽകി ധൈര്യം പകർന്ന അമൃത ദർശനിലെ ശ്രീ. വി.വി. പ്രഭാകരനും പ്രകാശനത്തോളം നിരന്തരം പ്രോത്സാഹിപ്പിച്ച് കരുത്തുപകർന്ന കഥാകാരനായ ശ്രീ. റിയാസ് അഹമ്മദിനും വാക്കുകൾ കൊണ്ട് നന്ദി പറയാനാവില്ല. എങ്കിലും ഔപചാരിക ധർമ്മം അനുഷ്ഠിക്കാതെയും വയ്യ.

മുഖവുര

മനുഷ്യന് ആവിഷ്കരിക്കാൻ കഴിയാത്തതും എന്നാൽ ആവിഷ്കരിക്കാൻ വിധിക്കപ്പെട്ടതുമായ ഒരു സൗന്ദര്യത്തെക്കുറിച്ചുള്ള ചില ആഗ്രഹചിന്തകളാണ് ഈ കൃതിയിലൂടെ പങ്കുവെയ്ക്കാൻ ശ്രമിച്ചത്. ശാശ്വതമായ സത്യം വാക്കുകൾക്കതീതമാണ്. എന്നാൽ അതിനെക്കുറിച്ചുള്ള ചില സൂചനകൾ നൽകാൻ വാക്കുകൾക്കാവും. ഇതിലെ കഥാപാത്രങ്ങളായ കുഞ്ഞയ്യപ്പനും മാൾവയും ഗുജ്റിഫുമൊക്കെ പരിധിയില്ലാത്ത വേദനകൾ സഹിച്ചവരാണ്. ആ വേദനകളുടെ കോടിയിലൊരംശം ആവിഷ്കരിക്കാൻ എനിക്കായിട്ടില്ല. അതെന്റെ ഉദ്ദേശ്യവുമായിരുന്നില്ല. കാരണം വേദനകളുടെ പരിസമാപ്തിയോടടുത്ത സൗന്ദര്യകാലത്തിന്റെ തുടക്കത്തിൽ നിന്നാണ് ഈ കൃതി എഴുതപ്പെട്ടത്. ഇതിലെ മതവും രാഷ്ട്രീയവും തത്വചിന്തയുമൊക്കെ, ആ പുനർജന്മകാലത്തിന്റെ തേജസ്സ് പ്രസരിപ്പിക്കാനാണ് ഉദ്ദേശിക്കപ്പെട്ടിരിക്കുന്നത്.

രാഷ്ട്രതന്ത്രം അറിയില്ലെന്നല്ല, ഇതിനപ്പുറം എന്തറിയാൻ എന്നാണ് കഥാപാത്രങ്ങൾ എടുക്കുന്ന നിലപാട്. കാരണം എരിതീയിൽ നിന്നു ജനിച്ച അവർ, ആ തീയിലേക്കു തങ്ങളെ നയിച്ച മന്ത്രതന്ത്രങ്ങളുടെ സാരാംശം ഏതാണ്ടു ഗ്രഹിച്ചു കഴിഞ്ഞിരിക്കുന്നു. അതുകൊണ്ട് രാഷ്ട്രതന്ത്രത്തിൽ നിന്ന് ഉൾവലിഞ്ഞുകൊണ്ടല്ല, അതിന്റെ കാന്ത പദാവലിക്ക് സത്യത്തിന്റെ ബലമുള്ള വാക്കുകൾകൊണ്ടു മറുപടി പറഞ്ഞുകൊണ്ടാണവർ ജീവിക്കുന്നത്. ഉത്തരങ്ങൾ ഒന്നും ഈ കൃതി മുമ്പോട്ടു വയ്ക്കുന്നില്ല. എന്നാൽ ചോദ്യങ്ങൾ ചോദിക്കാനുള്ള അവകാശത്തോട് വിട്ടുവീഴ്ച ചെയ്തിട്ടുമില്ല.

രാഷ്ട്രതന്ത്രത്തിന്റെയെന്നപോലെ രതിയുടെ ആവിഷ്കാരത്തിലും പരിധിയില്ലാത്ത സ്വാതന്ത്ര്യമാണെടുത്തത്. നിർഭയമായി എഴുതുന്നതിലൂടെ മാത്രമേ ഈ രണ്ടു മേഖലകളിലും നിലനിൽക്കുന്ന കോയ്മകളെ നിലക്കുനിർത്താനാവൂ എന്നതുകൊണ്ടാണിത്. സത്യത്തിന്റെ കാര്യത്തിൽ വിട്ടുവീഴ്ചയെന്തിന് എന്ന നിലപാടുള്ള പുതുതലമുറയിലാണ് ഞാൻ വിശ്വാസമർപ്പിക്കുന്നത്. വിലയിരുത്തേണ്ടത് അവരാണ്.

കൃതി തന്നെ അനുഭവസാക്ഷ്യമാകയാൽ ഇതിവൃത്തത്തിന്റെ മറ്റു വിശദാംശങ്ങളെക്കുറിച്ചു തൽക്കാലം മൗനം പാലിക്കുന്നു.

ഔദാര്യം കൊണ്ടെന്നെ അമ്പരപ്പിക്കുകയും കൂടുതൽ സൂക്ഷ്മചിത്തനായി മാത്രം ഈ വഴിയിലൂടെ യാത്ര തുടരാൻ പ്രേരിപ്പിക്കുകയും ചെയ്യുന്ന പ്രതികരണമാണ് സീനിയർ പത്രപ്രവർത്തകനും, അമൃതാ ടി.വിയുടെ ജില്ലാ ലേഖകനുമായ വി.വി. പ്രഭാകരൻമാഷുടെ ഭാഗത്തു നിന്നുണ്ടായത്. 'നടന്നോളൂ ആർ.കെ. കൂടെയുണ്ടെ'ന്ന് പറഞ്ഞ് പപ്പൻ (കവിയും തിരക്കഥാകൃത്തുമായ പത്മനാഭൻ ബ്ലാത്തൂർ) ദൃഢപ്പെടുത്തുകയും ചെയ്തു. ആത്മ സുഹൃത്തായ പപ്പനോടും ഗുരുവരനായ ശ്രീ. പ്രഭാകരൻ മാഷോടുമുള്ള എന്റെ കടപ്പാട് വാക്കുകൾ കൊണ്ടു വിവരിക്കാനാവില്ല. ഞാൻ ഹൃദയസമർപ്പണം ചെയ്തു പിൻവാങ്ങുന്നു.

എഴുത്തിനെയും പ്രസിദ്ധീകരണത്തെയും വിവിധ നിലകളിൽ സ്വാധീനിച്ച ശ്രീ കല്ലിയൂർ മധു, ശ്രീ. പച്ചിക്കോട് സുകുമാരൻ നായർ, പ്രൊഫ. ഡി. വിനയചന്ദ്രൻ, ഡോ. നടുവട്ടം ഗോപാലകൃഷ്ണൻ, ഇരിയണ്ണി ഹയർസെക്കന്ററി സ്കൂളിലെ ശ്രീ. ചന്ദ്രൻ മുരിക്കോളി, കാസർകോട് വാർത്ത ഡോട്ട് കോമിലെ ശ്രീ. അബ്ദുൽ മജീദ് കളനാട്, കാസർകോട് ഡി.ഡി.ഇ ഓഫീസിലെ അക്കൗണ്ട്സ് ഓഫീസർ ശ്രീ. പി. കെ. ശ്രീധരൻ, മംഗൽപ്പാടിയിലെ ശ്രീ. ഇബ്രാഹിം മാസ്റ്റർ, ജാനറ്റ് അക്കാഡമിയിലെ പ്രൊഫ. ടി.ടി. ജേക്കബ്, മാസ്റ്റർമൈൻഡിലെ ശ്രീ. വി.പി നാരായണൻ, കവിയും പത്രപ്രവർത്തകനുമായ ശ്രീ. രവീന്ദ്രൻ പാടി എന്നിവരേയും കൃതജ്ഞതാപൂർവ്വം സ്മരിക്കുന്നു. നാലാം പതിപ്പിന് ആസ്വാദനം എഴുതിയ പ്രശസ്ത യുവകവി അജിത് വി.എസിനോടുള്ള കൃതജ്ഞതയും രേഖപ്പെടുത്തുന്നു.

രാത്രി യാത്രയാണ്
ഒറ്റയ്ക്ക്.
മനസ്സിലുള്ളത്
കണ്ണീരിൽ നനഞ്ഞ ഭൂതകാലം.
എങ്കിലും നിലാവ് വീണിരിക്കുന്നു.
ഞാൻ സന്തുഷ്ടനാണ്.

ധ്യാനം

ഒന്ന്

പട്ടുപടുതകൾ കാറ്റിലിളകി
ഗുജ്റിഫ് ഏകാകിയാവുകയായിരുന്നു.
മാൾവ ചുമർചാരി അധോമുഖിയായി.
കാറ്റിൽ അനന്തത4യുടെ ഈണം
സന്ധ്യ... ധൂമഗന്ധം
ധ്യാനം മണിക്കുറുകൾ നീണ്ടു
കടലിരമ്പം.ഓംകാരം.
കണ്ണുകൾ ചിമ്മിയിരുന്നിരിക്കണം
ഉറങ്ങിയോ?.
ഉണരുമ്പോൾ ഊർജ്ജ വിളക്കിന്റെ നിറം മാറിയിരുന്നു
മഞ്ഞ നിസ്തന്ദ്രത
മാൾവ കാവിയിലാണ്
ഇരുപ്പ് പത്മാസനം
മുഖം തീ പോലെ.
മാൾവാ
മന്ത്രം പോലെ വിളിച്ചു
മറുപടിയ്ക്കായല്ല
വിണ്ടും ധ്യാനം
മണിക്കുറുകൾ വിണ്ടും
ഉണർവ്വ്...

**** **** ****

മാൾവ ഇപ്പോൾ പത്മാസനത്തിലെങ്കിലും ധ്യാനം വിട്ടിരുക്കുന്നു

മുഖം ശാന്തം... നിലാവ്...
കണ്ണുകൾ അടഞ്ഞു തന്നെ
ഫാലസ്ഥലം സ്വേദപൂർണ്ണം
ഗുജ്റിഫ് എഴുന്നേറ്റ് മുൻപിൽ നിന്ന് നാലുപാദം മാറിനിന്നു
ശ്വാസ്വാച്ഛോസം ചെയ്യുന്നുണ്ടോ?
ഇല്ലെന്നു തോന്നി
ഉണ്ടാവാം
അറിയാതെ
അസ്പൃശ്യതയിൽ
കാവിയുടെ അറ്റം ധ്യാനം കൊണ്ടു തൊട്ടു
കാറ്റു കൊണ്ടുയർത്തി.
മധ്യാംഗുലിയുടെ അറ്റത്തു നോട്ടമേല്പിച്ച് ഇടതുകൈയുയർത്തി
മേൽക്കാവി കയ്യിൽ നിന്നൂർന്ന് തോളിൽ നിന്നുയർന്ന് നിലം പൊത്തി.
മുഖവെണ്മ അവയവകാന്തിയിൽ ഓജസാർന്നു
ധ്യാനം കനമാർന്നു.
കണ്ണുകളടഞ്ഞു
വെളുപ്പും കറുപ്പും
ഉച്ചയുടെ ഉഷ്ണം
നിലാവിന്റെതണു
ഭ്രൂകടികാമധ്യേ വാസം
മഞ്ഞു വീഴ്ചയുടെ ആരവം
താഴ്വരയിൽ കാറ്റുവീശി
മലകൾ ക്കിടയിലെ തുറസ്സിൽ കാറ്റ് ഓളപ്പാത്തികൾ പോലെ ഉയർന്നു താണു
ധ്യാനത്തിന്റെ അപാരത
മുക്തി.

**** **** ****

കനകഗോളങ്ങൾ മൂടികാവി മേലാപ്പ്
ഉടയാത്ത ഉദരം
ചന്ദന നിറമുള്ള അടിവയർ
അപാര നാഭിച്ചുഴി
പ്രജ്ഞ കൈവരിച്ചെഴുന്നേറ്റു
മാൾവാാാ!!!
അനക്കമില്ല
എണ്ണത്തിളക്കമുള്ള മുഖത്ത് ഊർജ്ജവിളക്കിന്റെ പൊൻകിരണങ്ങൾ.
ഉടുപ്പിന്റെ തുറസ്സിൽ തുടുപ്പാർന്ന മാതളക്കായകൾ.

പുറകിലെ ബട്ടണുകൾ ഇടതുവിരലുകൾ ചേർത്ത് വലതുകൈ കൊണ്ടുപറിച്ചു

കാവിക്കുള്ളിൽ വെള്ളാടയുടെ അകംമൂടി
ലോഹക്കൊളുത്ത്
മൗനത്തിന്റെ ആജ്ഞയിൽ വിരാമം.
ഗുജ്റിഫ്.
ലോഹത്തിൽത്തൊട്ട് ധ്യാനിക്ക് ! ...
ലോഹത്തിൽ ത്തൊട്ട് കണ്ണുകളടച്ചു.
സൗര മണ്ഡലം
ആകാശ ഗംഗകൾ
ജ്യോതിർഗോളങ്ങൾ
കാലസർപ്പം.
അനന്ത നാഗം
ഓം ഹ്രീം ഭൂം വാതാനലായ നമഃ
ചണ്ഡപ്രഹർഷായ നമഃ
കാലകേശിനീ
ഹ്രും നമസ്തുഭ്യം നമോ നമഃ
കുരുക്കഴിഞ്ഞു
മാംസളമായ പിൻചുമൽ
തളിർത്ത ഉദരമടക്കുകളുടെ പിന്നറ്റം
ഇടത്തേ മടക്കിൽ നീല നിറമാർന്ന കാക്കപ്പുള്ളി
വെളുപ്പിന്റെ തിരച്ചാർത്തിൽ കറുപ്പിന്റെ കുഞ്ഞോടം
ഗുജ്റിഫ്!
സൂര്യമന്ത്രം ജപിക്ക്
ഓം തത് സത് അവിധുർവരേണ്യം
ഭർഗ്ഗോ ദേവസ്യ
ഉം വിഘ്നേശ്വരാസ്തുതി കൂടി
ഓം
ഹരിശ്രീ
ഗണപതയേ നമഃ
സ്വാഹ സ്വാഹ
കുറച്ചു കൂടി ധ്യാനിക്ക്

മാൾവയുടെ വലത്തുതോളിൽ കയ്യമർത്തി, ഇടത്തേ മടക്കിൽ ഇടതുവിരലുകൾ ചേർത്ത് പാദവിരലുകൾ മാത്രം തറയിൽ സ്പർശിച്ച് കുന്തിച്ചിരുന്നു

നിഷ്പന്ദമായ് പ്രാണനടക്കി വച്ചും
മടിക്കുത്തുയർത്തി പട്ടുപാവാടയിൽ തൊട്ടു.
ഗുജ്റിഫ് !
ഒരു പാട്ടു പാട് !

ഏതുപാട്ട്?
അഖിലാണ്ഡ മണ്ഡലമണിയിച്ചൊരുക്കി
ഓാാ!!!
തണുത്ത രോമക്കാടുകൾക്കിടയിൽ കുഞ്ഞരുവി
ആറ്റുവഞ്ഞികൾ വകഞ്ഞ് ജലസ്പർശം
മാൾവാ!! മൊട്ടുവിരിയുന്നില്ല
ധ്യാനം കഴിഞ്ഞിട്ടില്ല ഗുജ്റിഫ്!!!.
ഓാാ
ധ്യാനത്തിലൂടെ യുഗങ്ങൾ കടന്നു
മന്വന്തരങ്ങൾ
പ്രപഞ്ചാണ്ഡങ്ങളുടെ ഉദയാസ്തമയങ്ങൾ
പ്രളയങ്ങൾ
അരയാലിലകൾ
പേടകങ്ങൾ
മടക്കുകൾക്കടിയിൽ സ്ഥൂലപൃഷ്ഠം
മൃദുവെൺകുമിഴുകൾ
പത്മാസനത്തിൽ കുമിഴുകൾ തറയിൽ പൂർണ്ണവൃത്തംവരച്ചു
ഗുജ്റിഫ് കുമിഴുകളുടെ അളവെടുത്തു
കൈപ്പടം നിറഞ്ഞ് അപാരമായ പുറംസ്ഥലി
മാൾവാ!!!
നീ കളിയാനയാവ്
എന്തിന്?
'കാണാൻ' കാണാൻ മാത്രം
ഗുജ്റിഫ് വിവശനായി
കണ്ടുകണ്ണുനിറഞ്ഞു മുക്തനാവാൻ
ആവർത്തിക്കാത്ത കാഴ്ചകൾ
ഇതേ കണ്ണുകളിൽ
ഇതേ ശരീരത്തിൽ
ഇതേ കാലത്തിൽ പുനർജനിക്കാത്തവ
മാൾവ കൃപാലുവായി
അവൾ എഴുന്നേറ്റ് വൃക്ഷമായി.
മരമായി.മുന്നിൽ നിന്നു
മാറിലെ കൊളുത്തഴിഞ്ഞ അകം മൂടി വലതു കൈ കൊണ്ട് പറിച്ചെടുത്തു.
മൂടി മുലകളിൽ ഒട്ടി
ഗുജ്റിഫ് അകംമൂടി ഒട്ടുന്നു !!
ഗുജ്റിഫ് എഴുന്നേറ്റ് അകംമൂടി വലിച്ചു
ഒട്ടൽ വേർപെട്ടു
സീൽക്കാരം

അല്പം കീഴ്ന്ന് മുലകൾ മുമ്പോട്ടു തുറിച്ചു
പൊന്നിന്റെ നിറമുള്ള മുലകൾ
തിളങ്ങുന്ന മുലത്തടം
അരണ്ടുചുവന്ന കണ്ണുകൾ

ഗുജ്റിഫ് എഴുന്നേറ്റ് ഇടതുകൈയിട്ട് ഇടത്തേ മുലകവർന്ന് വലത് കൈ കൊണ്ട് വലത്തേമുലപിടിച്ച് കണ്ണുകളിൽ ഞരടി

മുലഞെട്ടുകളിൽ
പ്രാണസ്പർശം
പ്രണവം
ഓംകാരം
ഗുജ്റിഫ് ധ്യാനം പോരാത്തതുപോലെ !!
നീ പുറകിലിരിക്ക്
ആസനസ്ഥനായി
കഴൽ നീട്ടി
സ്വസ്ഥം കുർവ്വന്തി

മാൾവ തന്റെ വിസ്തൃതമായ ജഘന ഭാരം അയാളുടെ മടിയിലിറക്കി വച്ചു

അയാൾ ഇടതു കാൽ മാൾവയുടെ ഇടതു തുടയ്ക്ക് മേലേവച്ച് വലതു കൈകൊണ്ട് വലത്തേ മുലപിടിച്ച് ധ്യാനനിരതനായി

ധ്യാനത്തിന്റെ തുടക്കത്തിൽ ചെറുക്ലാസുകളിൽ പഠിച്ച ഭാഷാപാഠങ്ങൾ

അമ്മയക്കു നല്കുവാൻ ചെമ്മുള്ള ചേലകൾ
നന്ദൻ തൻ കൈയിലേ നല്കി ചൊന്നാൻ
ക്ലീ ക്ലീ ക്ലീ
ക്ലൂ ക്ലൂ ക്ലൂ
എവിടുന്നാണീ ശബ്ദം?
സുരേഷ് തിരിഞ്ഞുനോക്കി
അതാമുറ്റത്തൊരു മൈന!
ആദാമിന്റെ മകൻ അബു
വേലപ്പൻ എന്ന കർഷകൻ
ട്രാക്ടർ

പിന്നെ തണുത്ത കാനൽ നക്ഷത്രങ്ങളെപിന്തുടർന്ന് അകക്കണ്ണിന്റെ യാത്ര

സൗരമണ്ഡലങ്ങൾക്കും നെബുലകൾക്കും അപ്പുറത്തുള്ള ഒരു ആകാശപേടകം

ഇരുട്ടിന്റെ അനന്തകോടി വർഷങ്ങൾക്കപ്പുറം മാനായും മനുഷ്യനായും ജീവിച്ച ഒരു

ആത്മകണത്തിന്റെ വർത്തമാനകാലം
ഗുജ്റിഫ് !! നീ എന്തു ചെയ്യുന്നു?

പേടകം ചോദിച്ചു.
ഞാൻ മാൾവയുടെ മുല തടവുന്നു. ഗുരോ!
ഗുജ്റിഫ് പ്രതിവചിച്ചു
ഹായ്! ദൃഢവും മൃദുവുമായ മുലകൾ
കൂർത്ത മുലക്കാമ്പ്
പൊൻ പ്രഭയുള്ള അടിവാരം
തഴുകിയുടയ്ക്കാൻ തോന്നുന്നു ഗുജ്റിഫ്
ഉം
ഗുജ്റിഫിന്റെ ശ്വാസം പേടകത്തിന്റെ ജാലകത്തിൽ തട്ടി
പേടകം മുൻപോട്ടു നീങ്ങി

ഗുജ്റിഫ്, നിന്റെ മാൾവയുടെ മുല ഞെട്ടുകൾക്ക് എന്റെ ചുംബനവും യോനീ തടത്തിൽ എന്റെ കരലാളനവും പതിപ്പിക്കണം

അവളുടെ ആർത്തവകാലങ്ങളിൽ യോനിയിൽ എന്റെ നാസാഗ്രത്തിന്റെ രോമങ്ങൾ

കൊള്ളിച്ച് പുളകിതനാവാൻ ഞാൻ ആഗ്രഹിക്കുന്നുണ്ടെന്നും പറയണം

അകലങ്ങളിൽ നിന്ന് പേടകം പറഞ്ഞു
പിന്നെ പേടകം നീലയായി
നിലാവായി
ധൂളിയായി
ഇരുട്ടിൽ ലയിച്ചു

ധ്യാനത്തിൽ നിന്നുണരുമ്പോൾ ഗുജ്റിഫിന്റെ വലതു കൈവിരലുകൾ മാൾവയുടെ

യോനിയിൽ കടന്ന് പൂമൊട്ടിനെ ചലിപ്പിക്കുകയായിരുന്നു
തുടകൾ കവച്ചുവച്ച് മാൾവ അയാൾക്കു സൗകര്യമൊരുക്കി
ഗുജ്റിഫിന്റെ ഇടതുകൈ മാൾവയുടെ ഇടതുമുലയിൽ വിശ്രമിച്ചു
ഗുജ്റിഫ് നീ ഇപ്പോൾ ചിന്തിക്കുന്നതെന്ത്?
മാൾവ ചോദിച്ചു

ഞാൻ മനുഷ്യ രാശിയുടെ ക്രൂരതകളെക്കുറിച്ചോർക്കുകയാണു മാൾവാ ഗുജ്റിഫ് പറഞ്ഞു

സ്റ്റാലിന്റേയും ഹിറ്റ്ലറുടേയും കോൺസൺട്രേഷൻ ക്യാംപുകൾ
ബയാഫ്രയിലേയും എത്യോപ്യയിലേയും നിർമ്മിത ക്ഷാമങ്ങൾ
ബോറ്റ്സ്വാനയിലേയും ബംഗ്ലാദേശിലേയും കൂട്ടക്കുരുതികൾ
റാസ്പുടിന്റേയും പോൾപടിന്റേയും കിരാതത്വം

മാൾവയുടെ യോനിയിൽ അബോധത്തിൽ വിരൽ ചലിപ്പിച്ചുകൊണ്ടയാൾ പറഞ്ഞു

ഹേ, കിരാതനായ മനുഷ്യാ
മാൾവ ഞെട്ടിയെഴുന്നേറ്റ് പ്രകമ്പിതയായി
ആരു പറഞ്ഞു നിന്നോട് ഇപ്പോൾ ഇതൊക്കെ ഓർമ്മിക്കാൻ?

യോനിയിൽ കൈ ചേർത്തിരിക്കുമ്പോൾ
മുലത്തെട്ടുകളിൽ പ്രണവം മീട്ടുമ്പോൾ
അവൾ രോഷംകൊണ്ടു പൊള്ളി
യോനിയിൽനിന്നു പുറത്തായി തറയിൽ നിവർത്തി വച്ചിരുന്ന അയാളുടെ
കൈപ്പടത്തിൽ അവൾ ആഞ്ഞുചവിട്ടി
കൈപ്പടത്തിൽ നിന്നും തീപ്പൊരിചിതറി
അരിശം തീരാഞ്ഞു് തറയിൽ കുന്തിച്ചിരുന്ന അയാളെ അവൾ പുറകിലേക്ക് മറിച്ചിട്ട്
കഴുത്തിൽ പിടിമുറുക്കി
ഘ്രുർ ഘ്രുർ ഘ്രുർ
എന്ന് ഒച്ച വരുംവരെ അയാളെ അവൾ ശ്വാസം മുട്ടിക്കുകയും കാൽപ്പടം കൊണ്ടു
നാഭിയിൽ ചവിട്ടുകയും ചെയ്തു.
മാൾവയുടെ അപ്രതീക്ഷിതമായ നിറം മാറ്റത്തിൽ പ്രകമ്പിതനായ അയാൾ ഞെട്ടിവിറച്ച്
തറയിൽ മലർന്നു വീണ് നിശ്ചേതനനായി നിലം പൊത്തി
കാറ്റിന്റെ ആരവത്തിൽ
നിലാവിന്റെ ഉഷ്ണത്തിൽ
സൂര്യന്റെ ശൈത്യത്തിൽ മയങ്ങിക്കിടന്ന് അയാൾ നേരം വെളുപ്പിച്ചു

**** **** ****

സൃഷ്ടി

രണ്ട്

'**എ**ന്തുകൊണ്ട് പുരുഷൻ ഇങ്ങനെ' എന്നാണ് മാൾവ ശിഷ്ടം രാത്രി മുഴുവൻ ആലോചിച്ചത്. എന്തുകൊണ്ട് സ്ത്രീയുടെ കരവലയത്തിൽ സുരക്ഷിതനായിരിക്കുമ്പോഴും അവൻ വ്യർത്ഥമായ ആശയങ്ങളെ താലോലിക്കുന്നു? ദുഷ്ട ചിന്തകൾക്ക് നിറം പിടിപ്പിക്കുന്നു? എന്തുകൊണ്ട് പ്രകൃതിയുടെ തണലിലും തണുവിലും ശയിക്കുമ്പോഴും അവൻ പിശാചിന്റെ കുത്തേറ്റപോലെ ഞെട്ടിയുണരുന്നു?

ഗുജ്റിഫിനെക്കുറ്റപ്പെടുത്താൻ തോന്നിയില്ല മാൾവയ്ക്ക്. അയാൾ സ്വതവേ അപകടകാരിയല്ല നല്ലവനാണ് താനും. മനുഷ്യരാശിയുടെ ദുഷ്ടതകളെക്കുറിച്ചാണയാൾ ആകുലപ്പെട്ടത്. മനുഷ്യന്റെ വേദനകളെക്കുറിച്ചാണയാൾ വേദനിച്ചത്. എങ്കിലും എന്തുകൊണ്ട് സ്ത്രീയുടെ യോനിയുടെ ഗന്ധം ശ്വസിച്ചു കിടക്കുമ്പോഴും അയാൾ അസ്വസ്ഥനായി? വ്യർത്ഥമായ ആശയങ്ങളുടെ ലഹരിയിൽ ആസക്തനായി? നിരുത്തരമായ ചോദ്യങ്ങളുടെ മുൾക്കിരീടമണിഞ്ഞ് വിജൃംഭിതനായി?

മനോഹരമായ ഒരു രാത്രിയായിരുന്നു അതെന്ന് ഉറപ്പുണ്ടായിരുന്നു മാൾവയ്ക്ക്. മുറിയ്ക്കുള്ളിൽ തങ്ങളെ ശല്യം ചെയ്യാൻ ആരുമുണ്ടായിരുന്നില്ല വിസ്തൃതമായ വനസ്ഥലികളുടേയും അനന്തമായ വിജനതയുടേയും നടുവിലെ വാസസ്ഥാനമായിരുന്നു അത്. നിശബ്ദതയായിരുന്നു എങ്ങും... പ്രകൃതിയും ഭൂമിയും ആകാശവും നിശബ്ദ ധ്യാനത്തിലമർന്ന് തങ്ങളുടെ വിശുദ്ധിയെ പരിപോഷിപ്പിക്കകയായിരുന്നു. ചലനങ്ങൾ ഉണ്ടായിരുന്നുവെങ്കിലും സമുദ്രത്തിന്റെ സമഗ്രതയെ ഭേദ്യം ചെയ്യാത്ത വെറും നീരൊഴുക്കുകൾ മാത്രമായിരുന്നു അവ. അനന്ത നിശബ്ദതയിൽ മുറിയിലെ ഊർജവിളക്കിന്റെ പൊൻകിരണങ്ങളിൽ വസ്ത്രങ്ങൾ സ്വയം ഊർന്നു വീഴുകയായിരുന്നു. ചങ്ങലകൾ സ്വയം പൊട്ടിത്തെറിക്കുകയായിരുന്നു. കുരുക്കുകൾ സ്വയം അഴിഞ്ഞു വീഴുകയായിരുന്നു ശരീരം ശരീരത്തോടു ചേർന്ന്, മുലകൾ മുലകളിലൊട്ടി കരങ്ങൾ കരങ്ങളോടു കലർന്ന് ലിംഗം ലിംഗത്തിൽ കടന്നുള്ള അനന്തമായ സംഗീതത്തിന്റെ ഉത്സവത്തിനു തുടക്കമിടുകയായിരുന്നു.

പക്ഷേ, എന്നിട്ടും എന്താണു സംഭവിച്ചത്? എപ്പോഴാണ് കാര്യങ്ങൾ കീഴ്മേൽ മറിഞ്ഞത്? പ്രപഞ്ചങ്ങൾ താറുമാറായത്? ഒരു നിശബ്ദ സംഗീതത്തിന്റെ അനന്തവും അവിരാമവുമായ ക്വാണ്ടംതരംഗങ്ങളുടെ സമാവൃത്തി വൃതിയാനങ്ങളിലൊന്ന് എങ്ങിനെയാണ് ഭ്രംശിച്ചത്? സൗരഗുരുത്വത്തിനു പുറത്തുനിന്നും പാഞ്ഞുവന്ന ഒരു വികടസൂര്യന്റെ അകർഷണച്ചൂണ്ടയ്ക്ക് ആരാണ് തലവച്ചുകൊടുത്തത്? ആരാണ് കാര്യങ്ങൾ കീഴ്മേൽ മറിച്ചത്?

തന്നെ കുറ്റപ്പെടുത്താനേ തോന്നിയില്ല മാൾവയ്ക്ക്. വികല്പങ്ങൾ ആഗ്രഹിച്ചിരുന്നതേയില്ല താൻ... ധ്യാനത്തിന്റേയും മുലഞെട്ടുകളുടേയും യോനിയുടേയും പൗർണ്ണമിയിൽ അമഗ്നയായതല്ലാതെ മാറ്റങ്ങൾ ആഗ്രഹിച്ചതേയില്ല താൻ. ശരീര ക്ഷേത്രത്തിന്റെ ഗംഭീരമായ എടുപ്പിനുപുറത്ത് തൊഴുകൈയും പ്രാർത്ഥനയും മന്ത്രങ്ങളുമായി ഭക്തൻ പ്രദക്ഷിണം ചെയ്യുന്നത് ധ്യാനത്തിൽ തന്നെയാണ് താൻ അറിഞ്ഞത്. മൃദുചർമ്മത്തിലയാൾ വീണ മീട്ടിയത്... ഉദരത്തിലെ കാക്കപ്പുള്ളിയിൽ തടവിയത്...

മടക്കുകളിൽ വിരലോടിച്ചത്

കൈപ്പടമമർത്തിയും അമർത്താതെയും രോമകൂപങ്ങളെപ്പോലും വിറകൊള്ളിച്ചത്

അടിവയറ്റിലെ ഞരമ്പിലൂടെ ചൂണ്ടുവിരൽ പായിച്ചത്

സംഗീതമയമായിരുന്നു എല്ലാം

സ്ഥലവും കാലവും അപ്രസക്തമായിരുന്നു

സ്ഥിതിചെയ്യുന്നതെവിടെയാണെന്നതു വിസ്മൃതമായിരുന്നു

ഋതുവും കാലാവസ്ഥയും കാഴ്ചപ്പാടുകളും മാഞ്ഞുപോയിരുന്നു.

തുടക്കത്തിൽ മനസ്സുണ്ടായിരുന്നുവെങ്കിലും പിന്നീടതും നിശ്ചലമായി.

അനന്തമായ ഒരാഹ്ലാദം മാത്രമാണ് നിലനിന്നത്. ഇടയ്ക്കിടെ ചോദ്യങ്ങൾ

ഉണ്ടായെങ്കിലും പ്രപഞ്ചാത്മാവിൽനിന്നാണ് അവ ഉദിച്ചതും അസ്തമിച്ചതും

ശരീരമെന്നനിലയിൽ ഒന്നും ബാക്കിയുണ്ടായിരുന്നില്ല.

എന്നിട്ടും ഇതിനിടയിലാണ് ഹിറ്റ്ലറും മുസ്സോളിനിയും സ്റ്റാലിനും പൊട്ടിമുളച്ചത്

ബയാഫ്രയും എത്യോപ്യയും പിറവിയെടുത്തത്

ബംഗ്ലാദേശും, ബോറ്റ്സ്വാനയും അബിസീനിയയും ജീവൻവച്ചത്

റാസ്പുടിനും പോൾ പട്ടും ഇവാബ്രൗണും പിശാചുക്കളെപ്പോലെ

ഉയിർത്തെഴുന്നേറ്റത്...

ആലോചിക്കുമ്പോൾ ക്ഷമിക്കാനേ തോന്നിയില്ല മാൾവയ്ക്ക് എന്തുകൊണ്ടാണ് പുരുഷൻ ഇത്രയും സ്വാർത്ഥിയാവുന്നത്? സ്ത്രീയെ ഇത്രയേറെ അവഹേളിക്കുന്നത്? ഋതുചക്രങ്ങളെ വിസ്മരിക്കുന്നത്? കാ

ലാവസ്ഥകളെ മറികടക്കുന്നത്? പൂക്കാലങ്ങളെ അവഗണിക്കുന്നത്? പുന്തോട്ടങ്ങളെ ചവിട്ടിമെതിക്കുന്നത്?സ്വയം ഇല്ലെന്നതുപോലെ തന്നെ പെരുമാറുന്നത്?...

പത്മാസനം വിട്ട് ഭുജംഗാസനത്തിലിരുന്ന് കാലുകൾ വിരുത്തിവയ്ക്കുമ്പോഴാണ് ഗുജ്റിഫിന്റെ വിരലുകൾ യോനീമുഖത്തെത്തിയത് രോമക്കാടുകളിൽ അവ ഇഴഞ്ഞു നടന്നു ഇതളുകളിലെത്തിയപ്പോൾ അടച്ചുപിടിച്ച് അല്പം വിശ്രാന്തി നല്കി

അതങ്ങിനെയാണ് ഇതളുകളിൽ കൈവിരലുകൾക്കു വേണമെങ്കിൽ ഒരു ജന്മം മുഴുവൻ വിശ്രമിക്കാം .നിർജനതയും ധ്യാനവുമാണെങ്കിൽ നൂറ്റാണ്ടുകളോളും അങ്ങനെ തന്നെയിരിക്കാം അന്നപാനാദികൾ വേണമെന്നില്ല ചലനമില്ലാത്തതിനാൽ തളർച്ചയും ക്ഷീണവുമുണ്ടാവില്ല. മാറ്റങ്ങളുണ്ടാവില്ല... നിശ്ചലമെങ്കിൽ ജീവങ്ങളും അജീവങ്ങളും സുപ്തിയിലാവും... ജീവന്റെ സുശാന്തമായ അവസ്ഥകളിലൊന്ന്... കണ്ണുകളോ ഇമകളോ ചലിപ്പിക്കരുത്... ശ്വസോച്ഛ്വാസം ബോധപൂർവ്വമാവരുത്... വശങ്ങളോ കൈകളോ ബോധപൂർവ്വമനക്കരുത്... മുഖചർമ്മവും മുലകളും എല്ലാം പ്രകാശമാനമാവുകയും പിന്നീട് മൃതിപോലെ ശാന്തമാവുകയും ചെയ്യും... പിന്നെ ബാഹ്യചർമ്മത്തെ ചലിപ്പിക്കാനാവുമെങ്കിലും ഇരുപ്പിനെ ഇളക്കാനാവില്ല... പുരുഷന് അടിവയറ്റിലൂടെയും യോനിയിലൂടെയും തുടകളിലൂടെയും കൈകൾ യഥേഷ്ടം ചലിപ്പിക്കാം... എന്നാൽ ഇരുപ്പിനെ ഇളക്കാനാവില്ല... സുദൃഢമായ ഇരിപ്പ്... ഇരുമ്പ്... മൃതി...

എന്നാൽ ഇതളുകളിൽ തൊട്ടുള്ള വിശ്രാന്തിയുടെ രഹസ്യ മറിയാതെയാണ് ഗുജ്റിഫിന്റെ വിരലുകൾ ഉള്ളിൽ കടന്നത്... വേണ്ടത്ര തയ്യാറെടുപ്പില്ലാതെ...

വേഗത്തിൽ... അതേ വേഗത്തിൽ

അപ്പോൾ മുതൽ അയാൾ ധൃതിപ്പെട്ടു...

അയാളുടെ കടിഞ്ഞാണയഞ്ഞു...

ധ്യാനം ഭഗ്നമായി...

ശരീരത്തിന്റെ അതിദൃഢമായ ഇരുപ്പിൽനിന്ന് മനസ്സു കുതറി...

കുരങ്ങുചാഞ്ചാടി.

വിരലുകൾക്കു താളം നഷ്ടമായി...

ശരീരത്തിന്റെ ഗുരുത്വപരിധി വിട്ട് വിരലുകൾ നീണ്ടു...

അനുവദനീയമല്ലാത്ത വേഗത്തിൽ മൊട്ടിലെത്തി...

അതേ... അനുവദനീയമല്ലാത്ത

വേഗത്തിൽ...

ഇപ്പോൾ പകൽപോലെ എല്ലാം വ്യക്തമായി മാൾവയ്ക്ക്... ആരാത്രിയിൽ ആദ്യമായി ധ്യാനത്തിൽ നിന്നല്ലാതെ സംഭവിച്ച ഒരേയോരു കാര്യമതാണ്... ഗുജ്റിഫ് തിടുക്കപ്പെട്ടു... തിടുക്കപ്പെട്ടാണ് അയാൾ മൊട്ടിൽ വിരലെത്തിച്ചത്... മൊട്ടുചലിപ്പിച്ചത്. ... മൊട്ടിന്റെ നാളത്തിൽ

അയാളുടെ നഖാഗ്രം കൊണ്ടു എന്തിന്?.എന്തിന്? പടില്ലാത്തതാണത്...

താളഭംഗം ...

തനിക്കുനൊന്തു...

എന്തിനാണത്? ...

രതിയിൽ വേദനയെന്തിനാണ്?...

താളഭംഗത്തിൽ നിന്നല്ലാതെ രതിയിൽ വേദനയുണ്ടാവുന്നതെങ്ങനെ?... താള ഭംഗത്തിൽനിന്നല്ലാതെ ഒരു ഗ്രഹം പഥം ഭ്രംശിക്കുന്നതെങ്ങനെ? ഗ്രഹങ്ങൾ കുട്ടിമുട്ടുന്നതെങ്ങനെ? ഒരു സൗരമണ്ഡലം തകർന്ന് തരിപ്പണമാവുന്നതെങ്ങനെ? ഒരു വ്യവസ്ഥ അപ്പാടെ പൊട്ടിത്തെറിക്കുന്നതെങ്ങനെ? ...

അതെ... അങ്ങിനെയാണ് ധ്യാനത്തിനിടയിൽ ഹിറ്റ്ലറെത്തിയത്...

ബോറ്റ്സ്വാനയും ബംഗ്ലാദേശു മെത്തിയത്...

എത്യോപ്യയും അബിസീനിയയും

ബയാഫ്രയുമെത്തിയത്...

റാസ്പുടിനും പോൾപെട്ടും, ഈവാബ്രൗണും എല്ലാനരകനായകന്മാരും പിശാചുക്കളെപ്പോലെ കടന്നുവന്നത്...

ധ്യാനത്തിന്റെ അനന്താഹ്ലാദത്തിലെ ഒരു ഭ്രംശം ...

ഒരു വികാരം...

ഒരു പിഴവ് ...

ഒരുപൊട്ടിത്തെറി...

ഒരു ആളിക്കത്തൽ...

ഒരു സ്ഫോടനം...

മൂന്ന്

എങ്കിലും ഈ താളഭംഗത്തിന് ഗുജ്റിഫ് ഉത്തരവാദിയാണെന്ന് ഉറപ്പിക്കാനാവുന്നില്ല. എങ്ങിനെയാണ് പൂർണ്ണതയിലേക്കു പ്രചലിക്കുകയായിരുന്ന ഒരു സംഗീതത്തിന്റെ താളം മുറിഞ്ഞുപോവുന്നത്?

... ലയം തകർന്ന് അപസ്വരങ്ങളുയരുന്നത്? അപഭ്രംശത്തിന്റെ അഗ്രാഹ്യമായ ഒരു തന്മാത്ര ഉത്ഭവിക്കുന്നതെവിടെനിന്ന്? അതിന് സംഗീതമോ സംഗീതകരോ ഉത്തരവാദികളാവുന്നതെങ്ങനെ?... ഒരു നാദം മുറിഞ്ഞുപോവുന്നതിന്, ഒരു താളം അപഭ്രംശത്തിലാവുന്നതിന്, സന്തുലിതമായ ഒരു വ്യവസ്ഥയിൽ ഒരു അർബുദകോശം പൊട്ടിമുളയ്ക്കുന്നതിന് ആരാണുത്തരവാദി?...

... സംഗീതത്തിലെ ഇതരസ്ഥായികളോ, കോശത്തോടു സമീപസ്ഥമായ ഇതര കോശങ്ങളോ അതിനു കാരകങ്ങളാവുന്ന തെങ്ങിനെ?...

ആചിന്ത അവിടെ അവസാനിപ്പിക്കാമെന്നു തോന്നി മാൾവയ്ക്ക്... ചിന്ത കാടുകയറുന്നതല്ലാതെ ഉത്തരമുണ്ടാവുന്നില്ല... വ്യാകരണവും പദങ്ങൾ ഒത്തു ചേരുന്നതിന്റെ യുക്തിയും ഹരം പിടിപ്പിക്കുന്നുവെങ്കി

ലും ശാന്തമായ വിരാമമുണ്ടാവുന്നില്ല... ചില ചോദ്യങ്ങൾ അങ്ങിനെയാണ്... നൈമിഷികമായ ആഹ്ലാദം നല്കുമെങ്കിലും ശാശ്വതമായി നാഡീകോശങ്ങളെ വൃഥാ ഉത്തേജിപ്പിക്കുകയേയുള്ളു അവ. ക്ഷീണമേകുമെങ്കിലും പുതിയ ബോധമോ പരിജ്ഞാനമോ നല്കില്ല... പ്രാർത്ഥനയിലേക്കു നയിക്കുകയില്ല... ആത്മാവിനുള്ളിലെ തിരച്ചിലിലേക്കും ധ്യാനം വഴിയുള്ള മുക്തിയിലേക്കും നയിക്കുകയില്ല അവ...

നാല്

തിരിഞ്ഞു ഗുജ്റിഫിനെ നോക്കിയപ്പോൾ കനിവു തോന്നി മാൾവക്ക്... ഒരു പേക്കിനാവുകണ്ട് നേരം വെളുപ്പിച്ച ശേഷം ഗാഢമായി ഉറങ്ങുകയാണയാൾ.. അലസമായി ധരിച്ച നീളൻകുപ്പായവും പൈജാമയും അവിടവിടെ പിഞ്ഞിയിരിക്കുന്നു ... നരച്ചു തുടങ്ങിയ താടി രോമങ്ങൾക്കിടയിൽ വിയർ പ്പാറിപാടപറ്റിയിരിക്കുന്നു... വെറും നിലത്ത് കാലുകൾ അല്പം വിടർത്തി ശവാസനത്തിലെന്ന പോലെയാണ് കിടപ്പ്... കൈകൾ വിരുത്തി വച്ചിരിക്കുന്നു... ഇടത്തോട്ട് അല്പം ചരിഞ്ഞിരിക്കുന്ന മുഖത്ത് ഗാഢമായ ക്ഷീണവും വേദനയും... എങ്കിലും രോമാവൃതമായ കവിൾ ത്തടങ്ങളുടെ ദൃഢതയും നെറ്റിയുടെ സ്നിഗ്ധതയും മതിപ്പുണ്ടാക്കി, അവളിൽ...

കൈപ്പടം കൊണ്ട് താടിരോമങ്ങൾക്കിടയിലെ വിയർപ്പു തുടച്ച് നെറ്റിയിൽ വിരലുകളോടിച്ച് അവൾ അയാളുടെ അടുത്തിരുന്നു... പാതി തുറന്ന സ്ഫടിക ജനാലയിലൂടെ ഉള്ളിലേക്കു കടന്ന ഇളം വെയിൽ ഖണ്ഡത്തിന്റെ പാർശ്വം അവളുടെ കൈത്തണ്ടയെ മുറിച്ച് അയാളുടെ പാതിനെറ്റിയിലൂടെ തലയ്ക്കപ്പുറത്തേക്കു നീണ്ടു...

''ഗുജ്റിഫ്''!... അവൾ അയാളുടെ കഷണ്ടി കയറിത്തുടങ്ങിയ തലയിൽ വിരലുകളോടിച്ചുകൊണ്ടു മെല്ലെ വിളിച്ചു...

അനക്കമില്ല...

അല്പനേരം കണ്ണടച്ചു നിന്നശേഷം അവൾ അയാളെ വാരിയെടുത്ത് തോളിൽക്കിടത്തി ഒതുക്കുകല്ലുകളിറങ്ങി കൂടാരത്തിനു പുറത്തെ അരുവിയിലേക്കു നടന്നു... ഒതുക്കുകല്ലുകൾക്കിരുവശവും പൂത്തുനിന്നിരുന്ന കാട്ടുചമ്പകങ്ങളും നീർമരുതു വൃക്ഷങ്ങളും ചന്ദനച്ചെടികളും അവൾക്കു സുഖാശംസയോതി...

അഞ്ച്

അരുവിയിലെ വെള്ളത്തിനു സുഖശൈത്യം... സ്ഫടികജലത്തിനടിയിൽ തെളിഞ്ഞു ചിരിക്കുന്ന കാർഷ്ണ്യ ശിലകളും വെള്ളാരങ്കല്ലുകളും... അവൾ അയാളെ കണങ്കാലുകളോളം മാത്രമുള്ള വെള്ളത്തിൽ കിടത്തി... തലയുയർത്തി കുപ്പായവും കാലുകളുയർത്തി

പൈജാമയും അരഞ്ഞാണത്തിൽ അയഞ്ഞു തുങ്ങിക്കിടന്ന കോണ കവും മെല്ലെ ഊരിയെടുത്തു ...

മയങ്ങിക്കിടന്നിരുന്ന ലിംഗത്തിലും സഞ്ചിയിലും ഓമനത്തത്തോടെ തടവി... ലിംഗം മെല്ലെതലയുയർത്തി...

'ഗുജ്റിഫ്! '... അവൾ വീണ്ടും വിളിച്ചപ്പോൾ അയാളുടെ മയക്കം വിട്ടുമാറി... അരുവിയിൽ ഒഴുക്കു വെള്ളത്തിൽ കാർഷ്ണ്യശിലകളുടേയും വെള്ളാരങ്കല്ലുകളുടേയും പുറത്ത് അയാൾ കുന്തിച്ചിരുന്നു... അവൾ കൈക്കുമ്പിളിൽ വെള്ള മെടുത്ത് അയാളുടെ മുഖത്തും ചുമലിലും മുലകളിലും അമർത്തിത്തടവി... ഒരു കുടന്ന വെള്ളം നാസാദ്വാരങ്ങളോടു ചേർത്തുപിടിച്ച് ഗന്ധം ശ്വസിപ്പിച്ചു... പിന്നെ മലർത്തിക്കിടത്തി പൃഷ്ഠത്തിന്റെ കുമിഴുകളും കണങ്കാലുകളും പാദവും കഴുകി വൃത്തിയാക്കി... അരുവിയുടെ ഓരത്തു തളിർത്തു നിന്നിരുന്ന ചെമ്പരത്തിയും തുളസിക്കതിരുകളും സമംചേർത്ത് അമർത്തിപ്പിഴിഞ്ഞ് ദേഹമാസകലം പൂശി ...

അയാൾ വീണ്ടും ഓജസ്സാർന്ന് തെളിഞ്ഞു ചിരിച്ചു... സൂര്യ കിരണങ്ങൾ അയാളുടെ തലയിലും ചുമലിലും കാൽമുട്ടുകളിലും കടന്ന് നവോർജ്ജം പകർന്നു...

ആറ്

കുളി കഴിഞ്ഞ് ആറിയ കോണകവും കുപ്പായവും പൈജാമയും ധരിച്ച് ഈറൻ മാറിയിട്ടില്ലാത്ത മാൾവയുടെ സാരിയുടേയും മെയ്യിന്റേയും തലമുടിയുടേയും ഗന്ധം ശ്വസിച്ച് അരികിൽ നില്ക്കുമ്പോൾ ഗുജ്റിഫ് തലേന്നത്തെ സംഭവങ്ങളോർത്ത് വീണ്ടും ഖിന്നനായി...

മാൾവ ! അയാൾ മൗനമായി വിളിച്ചു...

അവൾ അറിഞ്ഞു... ഒന്നും പറഞ്ഞില്ല ...

നിമിഷങ്ങൾ ...

യുഗങ്ങൾ ...

അവൾ തിരിഞ്ഞുനിന്ന് പുഴയ്ക്കക്കരെയുള്ള വിസ്തൃതമായ തുറസ്സിലേക്കും അതിനപ്പുറത്തെ വനസ്ഥലികളിലേക്കും നോക്കി...

വെട്ടിത്തിളങ്ങുന്ന തുറസ്സ്...

ഗിരിനിരകൾ...

വനസ്ഥലികളെ അപ്പോഴും മൂടിനില്ക്കുന്ന തിളങ്ങുന്ന പുകമഞ്ഞ്...

'ഗുജ്റിഫ്! '... നാം നില്ക്കുന്നതെവിടെയാണ് ഗുജ്റിഫ് ?...

അയാൾ ഉൾക്കൊണ്ടു... 'കാലസ്ഥലികളുടെ അതിമനോഹരമായ സംഗമ ബിന്ദുക്കളിലൊന്നാണ് മാൾവ'. അയാൾ പ്രതിവചിച്ചു. കാറ്റ് അവരെ തഴുകി വലം വച്ച് വനസ്ഥലികൾക്കപ്പുറത്തേയ്ക്ക് കടന്നു.'താഴ്വരകളിൽ മുല്ലയും പിച്ചിയും അലരിയും പൂത്തു വിടർന്നിരിക്കുന്നു',

മാൾവ!!...

'അതേ ഗുജ്റിഫ് '... ഗിരിനിരകൾക്കപ്പുറം ഓറഞ്ചും ബിർച്ചുമരങ്ങളും മുന്തിരിവള്ളികളും സമൃദ്ധമായ വിളവു നല്കിയിരിക്കുന്നു ...

'ഈശ്വരന്റെ അനുഗ്രഹം ഗുജ്റിഫ് ! '... അവർ പരസ്പരം സാന്ത്വനിപ്പിച്ച്, കനിവു പകർന്ന്, തൊട്ടുരുമ്മി... ഹൃദയങ്ങൾ ചേർത്തു വച്ച് മെല്ലെ ഒതുക്കു കല്ലുകളിറങ്ങി...

ഏഴ്

സപ്പോട്ടമരങ്ങളും നാട്ടുമാവുകളും പിന്നിൽ മുളങ്കാടുകളും തണലിട്ട കൂടാരത്തിനുള്ളിലേക്കു പ്രവേശിക്കുമ്പോൾ ഗുജ്റിഫ് ഒരു നിമിഷം ധ്യാനിച്ചു... പരമകാരുണികനായ ദൈവമേ! നീയേതുണ!...

സ്ഫടികജനാലകൾ തുറന്നിട്ട്, കർട്ടനുകൾനീക്കി, വെളിച്ചത്തിനു വഴിതെളിച്ചു. മാൾവ അടുക്കളയിൽ കടന്ന് കുറച്ചു സപ്പോട്ടപ്പഴങ്ങളും ഗോമാങ്ങകളും തൊലികളഞ്ഞു പ്ലേറ്റിൽ നിരത്തി... പഴങ്ങൾ തിന്ന് ചുക്കുകാപ്പികുടിച്ച്, തുളസിനീരു കഴിച്ച് ക്ഷുദാർത്തി തീർത്തു.

ഗുജ്റിഫ്!നീ ശരിക്കും രാഷ്ട്രതന്ത്രത്തിൽ തല്പരനാണോ?... മാൾവ എന്തെല്ലാമോ ക്ഷോഭങ്ങൾ ഉള്ളിൽ വിങ്ങിയത് അമർത്തിയ ശേഷം ശാന്തയായി ചോദിച്ചു...

അതായത് രാജ്യങ്ങൾതമ്മിലുള്ള യുദ്ധങ്ങളിൽ..
പോരാട്ടങ്ങളിൽ...
കൂട്ടക്കൊലകളിൽ...
വംശങ്ങൾ തമ്മിലുള്ള കുടിപ്പകയിൽ...
ശീതസമരങ്ങളിൽ...
സാമ്രാജ്യങ്ങളുടെ ഉദയാസ്തമയങ്ങളിൽ...
വെട്ടിപ്പിടിക്കലുകളിൽ...
തേരോട്ടങ്ങളിൽ...
സാമ്പത്തികാസമത്വം നിലനിർത്തി,
രാഷ്ട്രീയാധീശത്വം നേടിയെടുക്കുന്നതിൽ...
പൊള്ളയായ വാഗ്ദാനങ്ങൾ നല്കി
രാഷ്ട്രാധികാരം സൂത്രത്തിൽ കയ്യടക്കുന്നതിൽ...
മതവും രാഷ്ട്രീയവും കൂട്ടിക്കുഴയ്ക്കരുതെന്ന
ലിബറൽ ജഢാധിപത്യ വാദത്തിൽ...

മതമില്ലെങ്കിൽ രാഷ്ട്രീയം മാനവികമാവുന്നതെങ്ങനെയെന്ന സെമിറ്റിക്ക് രാഷ്ട്രവാദ നിലപാടിൽ;

ഒറ്റുകളും
ഉപജാപങ്ങളും
കൂട്ടിക്കൊടുപ്പുകളും

തേരോട്ടം നടത്തുന്ന പാർട്ടി രാഷ്ട്രീയപ്പേക്കൂത്തുകളിൽ...

പിന്നെയും എന്തെല്ലാമോ പറയാൻ വന്നതു മുഴുവൻ ഉള്ളിലടക്കി ഒരു നിമിഷം മൗനം പാലിച്ചതിനു ശേഷം മാൾവ നിശബ്ദമായി നിലത്തുനോക്കി അബോധത്തിലെന്നപോലെ കുന്തിച്ചിരുന്നു...

അവളുടെ ഇടതു കൈ കണങ്കാലിനെചുറ്റി വലതുകാൽപ്പടത്തിൽ വിശ്രമിച്ചു... വലതു കൈ തറയിൽ എന്തെല്ലാമൊ കുത്തിക്കുറിച്ചു...

ഗുജ്റിഫ് സ്തബ്ധനായി...

എന്താണു പറയേണ്ടതെന്നയാൾ ഗാഢമായി ആലോചിച്ചു...

എന്നിട്ട് ഈശ്വരനെ ധ്യാനിച്ച്

പിഴവുകൾ ഒന്നും വരുത്തരുതേ

എന്ന് ഗഹനമായി പ്രാർത്ഥിച്ച് ഇങ്ങനെ പറഞ്ഞു...

എന്താണു പറയേണ്ടതെന്ന് പറയാനാവുന്നില്ല മാൾവാ... ഞാനെന്നല്ല മനുഷ്യരാശിയിലാകമാനം, പാകതവന്ന ആരെങ്കിലും പ്രായവും പക്വതയുമൊക്കെ ആയിക്കഴിഞ്ഞശേഷം അവനവന്റെ ചോറിനേയും ഇണയേയും കുറിച്ചല്ലാതെ, രാഷ്ടതന്ത്രത്തെ കുറിച്ചും മനുഷ്യ വംശത്തിന്റെ ഭാവിയെക്കുറിച്ചുമെല്ലാം ആത്മാർത്ഥമായി ആലോചിക്കുന്നുണ്ടാവുമോ എന്നു ഞാൻ സംശയിച്ചു പോവുകയാണ്... അതായത് എന്റെ ഇണ, എന്റെ കുടുംബം, എന്റെ പരമ്പരകൾ എന്നല്ലാതെ നമ്മുടെ കുടുംബം, നമ്മുടെ ഇണകൾ, നമ്മുടെ പരമ്പരകൾ എന്നു വ്യസനിക്കുന്നുണ്ടാവുമോ എന്ന്... കുറഞ്ഞപക്ഷം എന്റെ ഇണ, എന്റെ കുടുംബം, എന്റെ പരമ്പരകൾ എന്ന് ആലോചിക്കുന്ന അതേതീവ്രതയിൽ നമ്മുടെ കുടുംബം, നമ്മുടെ പരമ്പരകൾ എന്നു ആലോചിക്കാൻ കഴിയുന്നുണ്ടാവുമോ എന്ന്...

ഗുജ്റിഫ് ഒരു നിമിഷം നിർത്തി...

നിശ്ശബ്ദതയുടെ ഒരു നിമിഷം...

കുറേനിമിഷങ്ങൾ...

കുറേയേറെ നിമിഷങ്ങൾ...

തങ്ങളെ ചുറ്റി നില്കുന്ന അന്തരീക്ഷം വല്ലാതെ കനത്തുപോയിരിക്കുന്നുവെന്ന് അയാൾ അറിഞ്ഞു...

അവൾ അറിഞ്ഞു...

അവരിരുവരും അറിഞ്ഞു...

അവരെ ചുറ്റിനിന്ന അന്തരീക്ഷവും ആകാശവും പ്രാണികുലവും പക്ഷി സഞ്ചയവുമറിഞ്ഞു...

പ്രപഞ്ചം മുഴുവൻഅറിഞ്ഞു...

പരസ്പരം നോക്കാനാവാത്തതുകൊണ്ട് നിശ്ശബ്ദരായി അവർ നിലത്തുനോക്കിയിരുന്നു...

കുറേനേരമിരുന്നു...

കുറേയേറെ നേരമിരുന്നു ...

'സത്യം, മാൾവ! നിന്റെ മുലയിലും മുടിയിഴകളിലും മുഖത്തും വി

രലോടിക്കുന്നതിന്റെ തൃപ്തിയും നിർവൃതിയും ഭൂമുഖത്തെ മറ്റേതൊരു പ്രവൃത്തിയിലേർപ്പെടുന്നതിൽനിന്നും എനിക്കു ലഭിക്കുന്നില്ല '...

വീണ്ടും നിമിഷങ്ങൾ...

യുഗങ്ങൾ...

എങ്കിലും... എങ്കിലും... അയാൾ എന്തോപറയാൻ വന്നത് ആലോചിച്ച്... ആശങ്കപ്പെട്ട്...

നിർത്തി... വീണ്ടും ഉറപ്പുവരുത്തി...

'എങ്കിലും... എങ്കിലും മാൾവ! '...

എല്ലാ രതി ബന്ധങ്ങൾക്കും ശേഷം...

എല്ലാ സുഖ സ്ഖലനങ്ങൾക്കും ശേഷം ...

എല്ലാ ആലസ്യങ്ങൾക്കും വിശ്രാന്തികൾക്കും ശേഷം...

അതേ നിർമ്മലമനസ്ക്കരായി...

അതേ നിർമ്മലമനസ്ക്കരായി...

എല്ലാസ്നേഹങ്ങളും...

എല്ലാ പകകളും...

എല്ലാ ആശങ്കകളും വെടിഞ്ഞ്...

തണുത്ത ലിംഗവും...

ശാന്തമായ ചിത്തവും...

നിർവൃതമായ ആത്മാവുമായി തലയിൽ കയ്യൂന്നി,

ചരിഞ്ഞ്...

അധോമുഖരായി ശയിക്കുമ്പോഴെപ്പോഴോ ...

എപ്പോഴോ ...

വീണ്ടും... വീണ്ടും പുറത്തെലോകം

അതിന്റെ ചെറുചെറുകാരുണ്യങ്ങളും...

പകകളും...

ആശങ്കകളുമൊക്കെയായി...

മെല്ലെമെല്ലെ നമ്മെ തഴുകി...

മെല്ലെ മെല്ലെ...

നമ്മെതൊട്ടുവിളിക്കാൻ...

തൊട്ടുവിളിക്കാൻ ശ്രമിക്കാറില്ലേ? ...

അകലങ്ങളിലെവിടെയോ വിശന്നു കരയുന്ന ഒരു കുഞ്ഞിന്റെ രോദനം...

പൊള്ളുന്നമുഖവും...

കരിഞ്ഞുചാമ്പലായ ആന്തരികാവയവങ്ങളും

പ്രവർത്തനരഹിതമായ വൃഷണങ്ങളുമായി

തിരിഞ്ഞും മറിഞ്ഞും കിടന്നു പ്രാർത്ഥിക്കുന്ന ഒരു വൃദ്ധന്റെ മുഖം...

ഉള്ളിൽ തറച്ച കഠാരയും

ദേഹമാസകലം കോറിവരഞ്ഞ കൃപാണത്തിന്റെ വടുക്കളുമായി അന്ത്യ നിമിഷങ്ങൾക്കായി മനമുരുക്കുന്ന ഒരു നിരാലംബന്റെ ദൈ

ന്യം...

എപ്പോഴോ...

എപ്പോഴോ...

എപ്പോഴോ...

അനന്തദീർഘമായ ഒരു ആശുപത്രിവാർഡിലേക്കു നമ്മെ വീണ്ടും...

വീണ്ടും...

പ്രാർത്ഥനാപൂർവ്വം...

പ്രാർത്ഥനാപൂർവ്വം...

കാരുണ്യ പൂർവ്വം...

കാരുണ്യ പൂർവ്വം...

സ്നേഹവാത്സല്യങ്ങൾ സഹിതം...

സ്നേഹവാത്സല്യങ്ങൾ സഹിതം...

വീണ്ടും... വീണ്ടും... വീണ്ടും...

നമ്മെകൂട്ടിക്കൊണ്ടുപോവാറില്ലേ?...

കൂട്ടിക്കൊണ്ടുപോവാറില്ലേ?...

കൂട്ടിക്കൊണ്ടുപോവാറില്ലേ?...

അനന്തമായ നിശ്ശ്ബ്ദത...

ഒരു യുദ്ധമവസാനിച്ചതുപോലെ...

ദീർഘമായകാത്തിരിപ്പി നൊടുവിൽ വാഹനത്തിൽ കയറി സ്വസ്ഥമായി ഇരുപ്പുറപ്പിച്ചതുപോലെ...

അനന്തമായ യാത്രയ്ക്കൊടുവിൽ ഭവനം പൂകിയതുപോലെ

ഗുജ്റിഫ് വീണ്ടും നിലത്തേക്കുചാഞ്ഞ്...

ശരീരം കുറുക്കി...

വിശ്രാന്തിയിൽ കമിഴ്ന്നുകിടന്നു...

അയാൾ വിയർത്തിരുന്നു... പുതപ്പെടുത്ത് മാൾവ അയാളെ പുതപ്പിച്ചു...

പുതപ്പിന്റെ അറ്റം പാദങ്ങളിൽ ചുറ്റി തണുപ്പേൽ ക്കാതെ കാത്തു...

ഒരു പാത്രത്തിൽ തണുത്ത വെള്ള മെടുത്ത്... കൈലേസു നനച്ച് അയാളുടെ നെറ്റിയിലും കവിൾത്തടങ്ങളിലും കഴുത്തിലുമുള്ള വിയർപ്പൊപ്പി...

ചൂണ്ടു വിരൽ പാത്രത്തിൽ മുക്കി ഒരു തുള്ളിവെള്ളം ചുണ്ടിലിറ്റി...

ചുണ്ടുകൾ ചെറുതായി വിറച്ചു...

എപ്പോഴോ...

എപ്പോഴോ...

അയാളുടെ കണ്ണുകളടഞ്ഞു.

എട്ട്

ഞവരയും പയറും ഉഴുന്നുപരിപ്പും സമം ചേർത്ത് ചീരയിലയിൽ വേവിച്ച് സമൃദ്ധമായ ഉച്ചഭക്ഷണം...

ചുക്കുകാപ്പിയിൽ തൈരു ചേർത്ത് പുളിവരുത്തി ദാഹശമനം.

പനമ്പായയിൽ പരസ്പരം തൊട്ടുകിടന്ന് ഉച്ചമയക്കം...

വൈകുന്നേരം പുറത്തിറങ്ങി നടന്ന് കുന്നിൻ പുറത്തു കണ്ട നിസ്കാരപ്പള്ളിക്കു മുന്നിൽനിന്ന് ഈശ്വരധ്യാനം...

പ്രാർത്ഥനാ വിശുദ്ധമായ മനസ്സോടെ പ്രാണശുദ്ധിചെയ്ത്, പാദങ്ങൾ സൂക്ഷിച്ചുവച്ചു നടന്ന് പിൻമടക്കം.

ഒമ്പത്

രാത്രിയിൽ എല്ലാം ദൃഢമായിരുന്നു...

കനത്ത നിശ്ശബ്ദതയായിരുന്നു പുറത്ത്...

നക്ഷത്രാങ്കിതമായ ആകാശവും തെളിഞ്ഞ ചന്ദ്രനും...

അകലെ കുന്നിൻ മുകളിൽ നിന്നെങ്ങോ ഉത്ഭവിച്ച് വനഗർഭത്തിലേക്കു തിരിയുന്ന ഒരു അരുവിയുടെ ആരവം.

ചീവിടുകളുടേയും വനഞ്ചരങ്ങളുടേയും ശബ്ദം കൃത്യമായ ഇടവേളകളിൽ ഉയർന്നു പൊങ്ങി അവസാനിച്ചു...

മാൾവ ഊർജ്ജസ്വലയായിരുന്നു... നീലത്തിളക്കമാർന്ന സാറ്റിൻ ഉടുപ്പും കാലുറയും. വടിവൊത്ത മെയ്യിൽ തേച്ചു വടിവാക്കിയ വസ്ത്രങ്ങൾ അമർന്ന് ശയിച്ചു. അലസമായി നടക്കുകയോ പുസ്തകങ്ങൾ അടുക്കുകയോ ചെയ്യുമ്പോൾ അവളുടെ ഉദരവും നിതംബവും അസാധരണമായി തിളങ്ങുന്നത് ഗുജ്റിഫ് ശ്രദ്ധിച്ചു. കൗതുകത്തോടെ വീണ്ടും നോക്കുമ്പോൾ ഗുജ്റിഫ് അത്ഭുതപ്പെട്ടു. പൊന്നുപോലെ തിളങ്ങുന്ന മാൾവയുടെ മുലകളുടെ പ്രകാശത്തിൽ അവളുടെ അകംമൂടിയും ഉടുപ്പും അപ്രത്യക്ഷമായിരിക്കുന്നു... നിതംബത്തിന്റേയും തുടകളുടേയും പ്രകാശത്തിൽ അടിയുടുപ്പും കാലുറയും കത്തിയമർന്നിരിക്കുന്നു. മാൾവ ഒരു പൊൻപ്രഭയായി രൂപാന്തരപ്പെട്ടിരിക്കുന്നു...

മാൾവ! എന്താണ്? നിനക്കെന്താണു സംഭവിക്കുന്നതു മാൾവ? അയാൾ ചകിതനായി!!...

ശ്... ശ്... ശ്... അരുത്...

അവൾ ചുണ്ടിൽ വിരലമർത്തി ...

അരുത്... ഒന്നും ചോദിക്കരുത്... എന്തെല്ലാമോ സംഭവിക്കുന്നുണ്ട് എന്നിൽ ... പക്ഷേ എന്താണെന്നു പറയാൻ ആവുന്നില്ല... ഒന്നും... ഒന്നും...

വിധേയമാവുക മാത്രമാണു ഞാൻ ...

അതേ വിധേയമാവുക മാത്രമാണ്...

'മാൾവ! ' നിന്റെ മുലകൾ പ്രകാശിക്കുന്നു!!...

'അതേ '!!... മുലകൾ പ്രകാശിക്കുന്നു, ഗുജ്റിഫ്!...

മാൾവ!... നിന്റെ തുടകളും പ്രകാശിക്കുന്നു...

'അതേ '!!... തുടകളും പ്രകാശിക്കുന്നു!!...

നിന്റെ നിതംബവും യോനിയും പ്രകാശിക്കുന്നു...

നിന്റെ ശരീരം മുഴുവനും പ്രകാശിക്കുന്നു മാൾവാ!...

'അതേ! '... ശരീരം മുഴുവനും പ്രകാശിക്കുന്നു...

പക്ഷേ... പക്ഷേ... എന്താണിതു മാൾവ!...

എന്താണിതെല്ലാം?...

'അരുത് '!! ...

അതുചോദിക്കരുത് ഗുജ്റിഫ്...

പറഞ്ഞില്ലേ... ഞാൻ വിധേയമാവുക മാത്രമാണെന്ന്...

ഇതെല്ലാം എന്താണെന്ന് എനിക്കു തന്നെ അറിയുന്നില്ല ഗുജ്റിഫ്...

'എങ്കിലും ഈ ചൂടിൽ, ഈ പ്രകാശത്തിൽ എല്ലാം കത്തിയമരുമല്ലോ മാൾവാ '!!...

ഈ മുറിയും ഞാനുമുൾപ്പെടെ എല്ലാം...

അതേ... എല്ലാം... എല്ലാം കത്തിയമരുമെന്നാണ്തോന്നുന്നത്... എങ്കിലും ഞാൻ ശ്രമിക്കട്ടെ ഗുജ്റിഫ്... ഞാൻ ശ്രമിക്കട്ടെ!...

അലസമെങ്കിലും ഏകാഗ്ര ചിത്തയായി അവൾ മുറിയിൽ രണ്ടു മൂന്നു ചുറ്റ് നടന്നു... പിന്നെ ഈശാന കോണിനു നേരേതിരിഞ്ഞ് കൈക്കുമേൽ കൈ ചേർത്ത് ഏതാനും നിമിഷം നിന്നു... ധ്യാനിക്കുന്നതിനു പകരം... മനസ്സു സ്വച്ഛമാക്കുകയാണവൾ ചെയ്തതെന്നു തോന്നി ...

സ്ഥലവും കാലവും ക്രമേണ നിശ്ചലമായി... മാൾവയുടെ നേരേ നോക്കാനാവാത്തതുകൊണ്ട് ഗുജ്റിഫ് നിലത്തേക്കു നോക്കി അല്പനേരം മൗനിയായി... ക്രമേണ മാൾവയ്ക്കും ചുമരിനുമിടയിൽ അവളുടെ മുലകളുടെ പ്രകാശം മങ്ങുന്നത് അയാൾ അറിഞ്ഞു. അല്പനേരം കൊണ്ട് പ്രകാശം ശമിക്കുകയും മുലകൾ പൂർവ്വസ്ഥിതിയിലാവുകയും ചെയ്തു. പിന്നെ തുടകളിലെ നിലാവും യോനിയിലെ തീക്ഷ്ണജ്വാലയും അപ്രകാരം തന്നെ മങ്ങിശമിച്ച് പൂർവ്വസ്ഥിതിയിലായി... എന്നാൽ നിതംബത്തിലെ താപം അധികരിക്കുകയാണു ചെയ്തതെന്ന് തനിക്കും മാൾവയ്ക്കുമിടയിലെ ചൂടിന്റെ കാഠിന്യത്തിൽ നിന്ന് അയാൾ അറിഞ്ഞു.

'മാൾവ! ' നിന്റെ മുലകളിലെ പ്രകാശം ശമിച്ചിരിക്കുന്നു മാൾവ!...

'അതെ! ' ശമിച്ചിരിക്കുന്നു ഗുജ്റിഫ്!...

നിന്റെ തുടകളിലേയും യോനിയിലേയും പ്രകാശവും മറഞ്ഞിരിക്കുന്നു...

'അതെ മറഞ്ഞിരിക്കുന്നു!! '...

എന്നാൽ നിന്റെ നിതംബത്തിനെന്താണു സംഭവിച്ചത്?

അതു ചുട്ടുപൊള്ളുന്നു വല്ലോ മാൾവ! ...

'അതേ ഗുജ്റിഫ്! ' ചുട്ടുപൊള്ളുന്നു...

നിതംബം ചുട്ടുപൊള്ളുന്നു... ഒരു പക്ഷേ എനിക്കുതോന്നുന്നത് ഒന്നും ശമിച്ചിട്ടില്ലെന്നാണ്... എല്ലാം സ്ഥാനാന്തരപ്പെട്ടതു മാത്രമായിരിക്കണം ... മുലകളിലെപ്രകാശവും,

തുടകളിലെ നിലാവും

യോനിയിലെ ജ്വാലയും എല്ലാംതല്ക്കാലം പിൻ വാങ്ങിയതു മാത്രമായിരിക്കണം... നിതംബത്തിൽ എല്ലാം സംവൃതമായതുപോലെ ഗുജ്റിഫ്! ...

ആവട്ടെ... ഒന്നിനെ കുറിച്ചും വേവലാതിപ്പെടാതെയിരിക്കുക നമ്മൾ

ഒന്നിനെ ക്കുറിച്ചും ചിന്തിക്കാതിരിക്കുക ...

സംഭവിച്ചതിനെക്കുറിച്ചൊന്നും നിരൂപണം ചെയ്യാതെയുമിരിക്കുക...

ഒരു പക്ഷേ ഒരഗ്നിപർവ്വതം അതിന്റെ മുഖത്തിനുള്ളിൽ പാകമാവുകയാ യിരുന്നിരിക്കണം. ഇനി പ്രവാഹം മാത്രം മതിയെന്നുതോന്നുന്നു ഗുജ്റിഫ്!...

തല്ക്കാലം... തല്ക്കാലം...

പാദങ്ങൾ പുറകോട്ടുവച്ച്...

പാദങ്ങൾ പുറകോട്ടുവച്ച്...

കാൽ മുട്ടുകൾ തറയിലൂന്നി...

കാൽ മുട്ടുകൾ തറയിലൂന്നി...

നിതംബത്തിനഭിമുഖമായി...

നിതംബത്തിനഭിമുഖമായി...

കണ്ണുകൾ കീഴ്പ്പോട്ടാക്കി...

കണ്ണുകൾ കീഴ്പ്പോട്ടാക്കി...

കൈക്കുമ്പിളിൽ കുമ്പിൾ ചേർത്ത്...

കൈക്കുമ്പിളിൽ കുമ്പിൾചേർത്ത്

വിനീതനായി ...

വിനീതനായി...

നമ്രശിരസ്കനായി...

നമ്രശിരസ്കനായി...

മുണ്ഡിത മനസ്കനായി...

മുണ്ഡിത മനസ്കനായി...

ഗുജ്റിഫ്...

ഗുജ്റിഫ്...

ഗുജ്റിഫ്...

നീ തയ്യാറെടുക്കുക...

തയ്യാറെടുക്കുക...

ശ്രവണത്തിനു തയ്യാറെടുക്കുക മാത്രം ചെയ്യുക...

നീണ്ടനിശബ്ദത...
മാൾവ മൗനിയായി...
ഗുജ്റിഫ് മൗനിയായി...
അവരിരുവരും മൗനികളായി...
എന്താണു സംഭവിക്കുന്നതെന്ന് മാൾവ അജ്ഞയായിരുന്നു...
ഗുജ്റിഫ് അജ്ഞനായിരുന്നു...
അവരിരുവരും അജ്ഞരായിരുന്നു...
എങ്കിലും വരുന്നുതെല്ലാം വരട്ടെയെന്ന് അവർ തീരുമാനിക്കുകയായിരുന്നു...
മാൾവ തീരുമാനിക്കുകയായിരുന്നു...
ഗുജ്റിഫ് തീരുമാനിക്കുകയായിരുന്നു...
അവരിരുവരും തീരുമാനിക്കുകയായിരുന്നു...
തല്കാലം മാൾവ നിശ്ബ്ദയായി...
ഗുജ്റിഫ് നിശ്ബ്ദനായി...
അവരിരുവരും നിശ്ബ്ദരായി...

പത്ത്

സ്ഥലത്തിന്റെ ഓരോ അണുവും സമയത്തിന്റെ ഓരോ കണികയും സൂക്ഷ്മമാവുകയായിരുന്നു... രാത്രിയുടെ അസംഖ്യം മണങ്ങൾ... ഇരുട്ടിന്റെ അനന്ത കോടി സ്പർശ്യങ്ങൾ... താഴ്വരയുടെ ഉരഗങ്ങൾ... ഉഭയ ജീവികൾ... ഷട്പദങ്ങൾ...

ചരിത്രമെന്നത് എന്ത് എന്ന് ആലോചിക്കുകയായിരുന്നു ഗുജ്റിഫ്... ചരിത്രം ആരംഭിക്കുന്നതെവിടെനിന്നെന്നും ആരാണതിലെ കഥാപാത്രങ്ങളെന്നും... വേട്ടക്കാർ, ഇരകൾ, മർദ്ദകർ, മർദ്ദിതർ, ഭരണക്കാർ, ഭരണീയർ തുടങ്ങിയ വാക്കുകളുടെ അർത്ഥങ്ങൾ... എഴുതപ്പെട്ടിരിക്കുന്ന ചരിത്രം ചരിത്രം തന്നെയാണോ? ഓരോ വ്യക്തിക്കും അവനു ജന്മം നല്കിയ പിതാക്കന്മാരോടും അവൻ പിച്ചവെച്ചു നടന്ന വീട്ടുമുറ്റങ്ങളോടും അവനെ ഓമനിച്ചു നടത്തിയ നാട്ടുവഴികളോടും, അവൻ കാലുറപ്പിച്ചു നടന്ന രാജവീഥികളോടും ബന്ധപ്പെട്ടതല്ലാത്ത ഒരു ചരിത്രമില്ലെന്നിരിക്കേ അവൻ കേട്ടിട്ടുപോലുമില്ലാത്ത രാജാക്കന്മാരെക്കുറിച്ചും മടുപ്പോടുകൂടിയല്ലാതെ വായിക്കാൻ കഴിയാത്ത ഭരണ സമ്പ്രദായങ്ങളെക്കുറിച്ചും മുഷിപ്പിക്കുക മാത്രം ചെയ്യുന്ന പടയോട്ടങ്ങളെക്കുറിച്ചുമുള്ള വിവരണങ്ങൾ അവന്റെ കഥകൂടി ഉൾപ്പെട്ട ചരിത്രമാവുന്നതെങ്ങനെ?...

ജീവിതത്തിലെ സ്വാഭാവികമായ ഏങ്കോണിപ്പുകളോടും ഒളിവേട്ടകളോടും ഏതൊരു വ്യക്തിയുടെ ജീവിതത്തിലും സംഭവിക്കാവതല്ലെന്നു പറയാനാവാത്ത സ്വകാര്യ ജീവിതത്തിലെ വിലക്ഷണതകളോടും കൂടിത്തന്നെ ചരിത്രത്തിൽ സ്ഥാനം പിടിച്ച മഹാപുരുഷനാര്? ചരി

ത്രകാരന്മാർ വില്ലന്മാരായി ചിത്രീകരിച്ചവരിൽത്തന്നെ എത്രയധികം പേർ നായകപരിവേഷങ്ങളോടെ വരച്ചുചേർക്കപ്പെട്ടവരേക്കാൾ ആർദ്രതയും ദീനാനുകമ്പയും യഥാർഥജിവിതത്തിൽ പുലർത്തിയിരുന്നവർ ആയിരിക്കാം... ചരിത്രത്തിൽ ഇലപൊഴിക്കാതെയും ഋതുഭേദങ്ങളിൽ നിറം മാറ്റങ്ങൾ കൈവരിക്കാതെയും നിലയുറപ്പിച്ച മഹാവൃക്ഷങ്ങളേത്? ... മഹാനസ്കതകൊണ്ടോ അല്ലെങ്കിൽ കഠിനഹൃദയത്വം കൊണ്ടോ തന്നെ മഹാമേരുക്കളെപ്പോലെ ജീവിച്ച, രാജ കുടുംബാംഗങ്ങൾ അല്ലാത്ത എത്രപേരാണ് ചരിത്രത്തിൽ ഇടംനേടിയത്?

പതിനൊന്ന്

ചരിത്രത്തിന്റെ ഇടനാഴികളിലെപ്പോഴോ (അല്ലെങ്കിൽ എപ്പോഴും) നീണ്ടുനിന്ന വറുതികളിൽനിന്നോ സമതലങ്ങളേയും താഴ്‌വരകളേയും നിറച്ച്പർവ്വതങ്ങളുടെ ഉടലോളം ഉയർന്നു പൊങ്ങിയ ദീർഘവർഷങ്ങളിൽനിന്നോ രക്ഷപ്രാപിച്ച് കയ്യിലെടുക്കാവുന്ന വസ്ത്രങ്ങളും വീട്ടുപകരണങ്ങളും ഭക്ഷണ സാധനങ്ങളും മാത്രമെടുത്ത് അതതുനേരത്തെ അന്നവും അന്നന്നത്തെ അന്തിയിടവും മാത്രം കൊതിച്ച് ജനതതികൾ കണ്ടിട്ടും കേട്ടിട്ടുമില്ലത്ത പുതിയ പുതിയ ഇടങ്ങളിലേക്കും ജനപഥങ്ങളിലേക്കും താഴ്‌വരകളിലേക്കും പ്രയാണം ചെയ്തുകൊണ്ടിരുന്നു. വെവ്വേറെ സംസ്കാരങ്ങളോ ആചാരരീതികളോ വിശ്വാസങ്ങളോ പുലർത്തി കുട്ടികൾക്ക് പരസംസ്കാര സംസർഗ്ഗം വിലക്കിയും സ്ത്രീകൾക്ക് പരപുരുഷ ദർശനം നിഷേധിച്ചും സ്വന്തം സ്വന്തം വേലിക്കെട്ടുകൾക്കുള്ളിൽ കഴിഞ്ഞിരുന്ന ജനവർഗ്ഗങ്ങളോരോന്നും ഇത്തരം വറുതിയുടേയോ വർഷങ്ങളുടേയോ പ്രയാണങ്ങളിൽ ഒരേ ടെന്റുകൾക്കുള്ളിലോ ഒരേ മരത്തണലിലോ വിശ്രമിച്ച് അന്നന്നത്തെ ഇരുട്ടിന്റെ ഗാഢതയെക്കുറിച്ചും നിലാവിന്റെ തെളിമയെക്കുറിച്ചും മാത്രം സംസാരിച്ച് തല്കാലത്തേക്ക് തങ്ങളുടെ ഇണകളിൽനിന്നകന്ന് അന്യോന്യം ഒളിഞ്ഞുനോക്കിയും കുതൂഹലപ്പെട്ടും വസ്ത്രങ്ങൾ വിവൃതമാക്കിയും പ്രയാണത്തിന്റെ തനത് കാലാവസ്ഥകൾ രുചിച്ചു.

പന്ത്രണ്ട്

മാറ്റങ്ങളുടെ വിക്ഷോഭങ്ങളോടൊപ്പം അസ്ഥിരതയുടെ നിസ്സഹായതയും കൂടിയാണ് പലായനം പലായനികൾക്കു സമ്മാനിച്ചത്.

അതതുനേരത്തെ ധാന്യത്തിന്റേയും ദാലിന്റേയും വെള്ളത്തിന്റേയും പ്രഭവംപോലും കണ്ടെത്തേണ്ടിയിരുന്നു. ഇരുട്ടായാലും മഴയായാലും വെയിലായാലും അടുത്ത നിമിഷത്തെ കാലാവസ്ഥയും ചൂടിന്റെ അളവുമെത്രയെന്ന് അജ്ഞമായിരുന്നു. അടുത്തനിമിഷം വഴിയിൽ

പ്രത്യക്ഷപ്പെടാവുന്ന ഒരു കിടങ്ങ്, ലോഹമണൽ ചേർന്നു ചുവന്നതോ, അഭ്രത്തരികൾ പറ്റിപ്പിടിച്ച് കറുത്തുതിളങ്ങുന്നതോ ആയ ചെങ്കുത്താ യമലനിരകൾ, കുഴഞ്ഞ കളിമണ്ണിന്റേയും വെളുത്തപാറയുടേയും മാ ധ്യേയുള്ള പാറയെന്നോ മണ്ണെന്നോ പറയാനാവാത്തതും ജലംകിനി യുന്നതുമായ കുമ്മായശിലകൾ തുടങ്ങി ഭൂപ്രകൃതിയുടെ ഏതു വൈചിത്ര്യവും കൗതുകമോ അത്ഭുതലേശമോ കൂടാതെ അവർ പിന്നി ട്ടു. മനുഷ്യന്റെ വ്യസനകാലങ്ങളിൽ പ്രകൃതി സംബന്ധമോ അല്ലെങ്കിൽ ചായക്കൂട്ടുകളോ രാഗലയാദികൾ സമന്വയിപ്പിച്ചോ മനുഷ്യൻ സൃഷ് ടിക്കുന്ന സൗന്ദര്യ നിമിഷങ്ങളുടെതന്നെയോ അർത്ഥവും പ്രസക്തി യുമെന്തെന്ന് ഗുജ്റിഫ് അത്ഭുതപ്പെടുകയായിരുന്നു.

യുദ്ധത്തിന്റേയും കലാപത്തിന്റേയും കാലങ്ങളിൽ മാത്രമല്ല പ്രയാ ണത്തിന്റേയും പലായനങ്ങളുടേയും കാലത്തിലും മൗനവും അവനവ ന്റെ പേശീ വലിവിന്റേയും കാലുകളുടെ ഉളുക്കിന്റേയും, ചുടിന്റെ കാഠി ന്യത്തിന്റേയും അവസ്ഥാന്തരങ്ങൾപ്രതിയുള്ള സ്വകാര്യചിന്തകൾ തന്നെയാണ് മനുഷ്യന്റെ അസ്തിത്വത്തിന് അധികം എരിവും ചൂടും പകരുന്നതെന്ന് ഗുജ്റിഫ് അറിഞ്ഞു.

പതിമൂന്ന്

പലായനത്തെപ്പോലെ തന്നെയായിരുന്നു കുടിയേറ്റങ്ങളും. അതേ അസ്ഥിരതയും ആശങ്കകളും. അന്നന്നത്തെ അന്നത്തെക്കുറിച്ചും അന്തി യിടങ്ങളെക്കുറിച്ചും ജലത്തെക്കുറിച്ചും പലായനത്തിലെന്നപോലെ കുടിയേറ്റത്തിലും ഒരുറപ്പുമുണ്ടായിരുന്നില്ല... ഒരു ഭൂപ്രകൃതിയിലും കാലാവസ്ഥയിലുംനിന്നു മാത്രമല്ല ഒരു ജീവിത വ്യവസ്ഥിതിയിലും ബന്ധങ്ങളുടെ ഒരു സംക്രമണ വ്യവസ്ഥയിലും നിന്നുകൂടിയാണ് കു ടിയേറ്റക്കാർ സ്വയംപറിഞ്ഞുപോന്നത്. അച്ഛനമ്മമാരോട് താല്കാലി കമായെങ്കിലും വിടപറഞ്ഞു മക്കളും മക്കളെ പിരിഞ്ഞ് അച്ഛനമ്മമാരും, വൃദ്ധജനങ്ങളോടു യാത്രപറഞ്ഞ് യുവാക്കളും, പരസ്പരം യാത്രപറ ഞ്ഞു കമിതാക്കളും മുൻപോട്ടു നടക്കുകയായിരുന്നു.

പതിനാല്

കാഴ്ചകളുടെ ഈ തിരിവിൽ നില്ക്കുമ്പോൾ ഗുജ്റിഫ് എന്തുകൊ ണ്ടോവിവശനായി. അയാളുടെ കണ്ണുകൾ അകാരണമായി നിറയുകയും തൊണ്ടയിൽ ഒരു വിങ്ങൽ അനുഭവപ്പെടുകയും ചെയ്തു. ആരും ഒരേ നദിയിൽ രണ്ടുപ്രാവശ്യം മുങ്ങുന്നില്ലെന്ന് ബുദ്ധൻ പറഞ്ഞത് എന്തു കൊണ്ടോ അയാൾ ഓർത്തു പോയി അനന്തമായ ഒരുകാലരാശിയിൽ, സ്ഥലത്തിന്റെ അതിർത്തിയില്ലാത്ത ഒരുപ്രതലത്തിൽ ചിന്തിക്കാൻപോ ലുമാവാത്ത ആകാശത്തിന്റേയും മേഘരാശികളുടേയും ഒരു വിസ്തൃ തിയിൽ ആണ് താൻ നിലയുറപ്പിച്ചിരിക്കുന്നതെന്ന തിരിച്ചറിവ് എന്തു

കൊണ്ടോ അയാളുടെ കണ്ണുകളെ ഈറനണിയിച്ചു...

അനന്തമായ ഒരു നിശബ്ദതയിൽ അയാൾ ആമഗ്നനായി... അയാളുടെ പുറം കണ്ണുകൾ ക്രമേണ അടയുകയും അകക്കണ്ണ് പ്രകാശിച്ചു തുടങ്ങുകയുംചെയ്തു. ചലനങ്ങളും തിരമാലകളും ഒഴിഞ്ഞ്. കാലം പരിധിയില്ലാത്ത ഒരു സ്ഥലംപോലെ അയാൾക്കു മുൻപിൽ നിവർന്നു വിസ്തൃതമായി... അയാളുടെ കൺമുൻപിൽ എല്ലാമതിൽക്കെട്ടുക്കളും തകർന്നു വീഴുകയായിരുന്നു... എല്ലാ ചങ്ങലകളും പൊട്ടിത്തെറിക്കുകയായിരുന്നു. എല്ലാതിമിരങ്ങളും അലിഞ്ഞൊഴുകുക യായിരുന്നു. കാഴ്ചകളുടെ അനന്ത വിസ്തൃതമായ ഒരു പ്രദർശന നഗരിയിലേക്ക്, അറിവുകളുടെ പരിധിയില്ലാത്ത ഒരു പാഠശാലയിലേക്ക് ഏകനായി നിസംഗനായി... നിർഭയചിത്തനായി... അയാൾ നടന്നടുക്കുകയായിരുന്നു.

**** **** ****

പരിണാമം

പതിനഞ്ച്

കുഞ്ഞയ്യപ്പൻ ചരിത്രകാരനായിരുന്നു... ഇന്ത്യ, രഷ്യ, അമേരിക്ക എന്നീ രാജ്യങ്ങളുടെ ചരിത്രങ്ങൾ രചിച്ചു... കോട്ടായം മലബാർ, യുറേഷ്യ, ബൈലോ റഷ്യ, എന്നിവയുടെ ചരിത്രങ്ങൾ അച്ചടിയിൽ. സൂരിനാം, എൽസാൽവദോർ, ട്രിനിഡാഡ് ചരിത്രങ്ങൾ ഗവേഷണത്തിൽ വിദേശിയും സ്വദേശിയുമായ 150-ഓളം ജേണലുകളിൽ പ്രബന്ധങ്ങൾ. ബുക്കർ, ഏഷ്യൻ ടാലന്റ്, പത്മപ്രഭാപുരസ്കാരങ്ങൾ... വിദേശങ്ങളിലേതുൾപ്പെടെ 15 സർവ്വകലാശാലകളിൽ വിസിറ്റിംഗ് പ്രൊഫസർ...

തീട്ടൂരങ്ങൾ, ശിലാലിഖിതങ്ങൾ, പ്രചീനായുധങ്ങൾ... കുഞ്ഞയ്യപ്പന്റെ പകലുകളും രാത്രികളും ചരിത്രത്തിന്റെ തേരൊച്ചകളാൽ മുഖരിതമാവുകയായിരുന്നു... ബാല്യത്തിന്റെ കളികൂട്ടുകാരികളിലൊരാൾ കണ്ണീരോടെ ഹൃദയത്തിൽ മുട്ടിവിളിച്ചത് അയാൾ കണ്ടില്ലെന്നു നടിച്ചു... ശിലാരേഖകളുടേയും ശാസനങ്ങളുടടേയും പകർപ്പുകൾക്കു മുമ്പിലിരുന്ന് പ്രാചീനതയുടെ ഇരുട്ടുമുറികൾ തിരയുന്ന അയാൾക്കു മുൻപിൽ വൃദ്ധമാതാപിതാക്കളുടെ അസ്കിതകൾ നിസ്സഹായമായി... സൗഹൃദങ്ങളുടേയും സുഖങ്ങളുടേയും രാജരഥ്യവിട്ട് പഴമയുടെ മുൾക്കാടുകളിൽ സന്ദേഹങ്ങളുടെ വാൾത്തലകളും ചിന്തകളുടെ കാരമുള്ളകളും തറച്ച് അയാൾ വിയർത്തു...

ട്രിനിഡാഡിന്റേയും ടൊബാഗോവിന്റേയും ചരിത്ര രചന.
ടൊബാഗോവിലെ സ്പാനിഷ് അധിനിവേശകാലം,
ഡിസംബറിലെ കുളിർമഞ്ഞ്...
വെനിസ്വാലയെ തൊട്ടുവീശിയ തണുത്ത കരീബിയൻ കാറ്റ്...
കുളുർത്ത മഞ്ഞിൻ പാളികൾ വകഞ്ഞ്...

നിലാവിൽനിന്ന്...

അവ്യക്തമായ പുകമഞ്ഞിൽനിന്ന്...

പാതിയിരുട്ടിൽനിന്ന്.

'കുഞ്ഞയ്യപ്പാ, നീഎന്തെഴുതുന്നു? ' ...

കരീബിയൻ ദാർഢ്യമുള്ളതെങ്കിലും ചിലിമ്പിച്ച കുട്ടനാടൻ മലയാളം... പട്ടും കമ്പിളിയും ഇഴചേർന്ന കാക്കിക്കാലുറയും ടെറിലിൻ അടിക്കുപ്പായത്തെ മൂടിയ കറുത്ത ജാക്കറ്റും... ആറടി പൊക്കവും ഒത്തവണ്ണവുമുള്ള കരീബിയൻ സ്ത്രീത്വം...

കുഞ്ഞയ്യപ്പൻ അലോചിച്ച് തെല്ലു നേരം കാത്തു...

'ഞാൻ തിമോത്തി ഉള്വീഞ് '... കോംഗോ തടത്തിൽ നിന്ന് ടോബാഗോവിൽ കുടിയേറിയ ആഫ്രിക്കൻവംശജ. സ്പാനിഷ് കയ്യേറ്റക്കാരനായിരുന്ന ഈഢൻ ചിമ്പൂക്കിന്റെ വെപ്പാട്ടിമാരിലൊരുവൾ... അവൾ കാരുണ്യത്തോടെമൊഴിഞ്ഞു...

സ്നേഹം... സഹാനുഭാവം... മാതൃത്വം...

'ഓ '... ചിമ്പൂക്ക്... കാറ്റലോണിയയിൽ നിന്നാണയാൾ വന്നത്... മുന്നൂറുകുതിരകളും ആറായിരം ഇന്ത്യൻ അടിമകളുമായി... കുഞ്ഞയ്യപ്പൻ ഓർത്തു...

'അതേ!! '... കുതിരകളുടെകുടമണികൾ... നിറമുള്ള അലുക്കുകൾ... പല്ലക്കുകൾ... വീമറിലെ ചതുപ്പു നിലങ്ങളിൽ... ഞങ്ങൾ പെണ്ണുങ്ങളാണ് ആദ്യംമയങ്ങിപ്പോയത്... പിന്നെ നിവൃത്തിയില്ലാതെ ആണുങ്ങളും... അവളുടെ കണ്ണുകൾ സജലങ്ങളായി...

'അതേ ഉള്വീഞ് അതേ!! ' അതെപ്പോഴും അങ്ങനെയാണ്... കുതിരകളുടെ കുടമണികൾ... പല്ലക്കുകളുടെ പ്രയാണങ്ങൾ... ആദ്യം പെണ്ണുങ്ങൾ... പിന്നെ ആണുങ്ങളും... ഇന്ത്യയിൽ... കരീബിൽ... കോംഗോതടങ്ങളിൽ... ലത്തീൻഅമേരിക്കയിൽ...

വീമറിലെ ചതുപ്പുകൾ നികത്തി അയാൾ കരിമ്പിൻതോട്ടങ്ങളാക്കി... കരോണിയയിലെ തേയില ചക്രവർത്തിയായി...

എങ്കിലും എത്ര സഹൃദയനായിരുന്നു അയാൾ... രാത്രിയിൽ എത്ര നേരമാണ് അയാൾ അടിമകളുടെ ചങ്ങല നൃത്തങ്ങൾ കണ്ടിരുന്നത്... അരവക്കുകളുടെ പുല്ലാങ്കുഴലും ഞങ്ങളുടെ ഗോത്ര സിംഫണികളും ശ്രവിച്ചിരുന്നത്. ...

... എങ്കിലും... എങ്കിലും... തിമോത്തിയുടെ ഇടവേളയിൽ കുഞ്ഞയ്യപ്പൻ തന്റെ സന്ദേഹമുയർത്തി...

അതേകുഞ്ഞയ്യപ്പാ... അതേ...

അതിനിടയിൽ സംഭവിച്ചവയുടെയൊക്കെ ഉത്തരങ്ങൾ തേടിയാണ് ഞാനലയുന്നത്...

നൂറ്റാണ്ടുകളിലൂടെ...

ദേശാന്തരങ്ങളിലൂടെ ...

കുതൂഹലപ്പെടുകയും സംശയിക്കുകയും ചെയ്യുന്ന മനുഷ്യസമൂ

ഹങ്ങളിലൂടെ...

പ്രകൃതിയിലൂടെ.. പരമകാരുണികനായ ജഗൽപ്പിതാവിന്റെ ഇംഗിതപ്പൊരുളുകളിലൂടെ...

വീണ്ടുംവിരാമം... ദീർഘവിരാമം...

സുദീർഘവിരാമം...

നഗ്നരായ ഇന്ത്യൻ അടിമകളെക്കൊണ്ടാണ് അയാൾ ഞങ്ങളുടെ തുണിയുരിച്ചത്... ഞങ്ങളുടെ മാറും മുലകളും വിവൃതമാവുമ്പോൾ, ലിംഗം ചലിച്ചാൽ ഛേദിക്കാൻ വാളുമായി അരവക്കുകൾ... ഊളാർച്ചില്ലകൾകൊണ്ട് ഞങ്ങളുടെ യോനിയുടെ ആഴമളുന്നു... പീർമരത്തോലുകൊണ്ട് മുലകളുടെ മുഴപ്പും തുടകളുടെ വലിപ്പവും...

'ഒന്നും നിർബന്ധിച്ചിട്ടായിരുന്നില്ല കുഞ്ഞയ്യപ്പാ!! '...

അയാളുടെ അരമനയിലെ തോലുവിരിച്ച. ഇരിപ്പിടങ്ങൾ ഞങ്ങളെ മാടിവിളിക്കുകയായിരുന്നു...

കുഞ്ഞയ്യപ്പൻ ഒന്നും ചോദിച്ചില്ല... സംയമിച്ചു... ബോധപൂർവ്വം...

സനിർബ്ബന്ധം...

ഒരിക്കലും അവയിൽ ഇരിക്കാമെന്നു ഞങ്ങൾ വ്യാമോഹിച്ചില്ല... എങ്കിലും കാണാൻകൊതിച്ചു

തോലുവിരിച്ച ഇരിപ്പിടങ്ങൾ...

മാൻകൊമ്പുപതിച്ചചുമരുകൾ...

കാട്ടിത്തലകൾ ...

പട്ടുപടുതകൾ...

ചില്ലുജനാലകൾ ...

ആദ്യം ഞങ്ങൾ സ്ത്രീകൾ ...

പിന്നെ നിവൃത്തിയില്ലാതെ ആണുങ്ങളും...

ഇന്ത്യാക്കാരുടെ എണ്ണം ആറുവർഷംകൊണ്ടു കഴിഞ്ഞു...

പിന്നത്തെ ഊഴം ഞങ്ങൾ കരീബുകാരുടേതായിരുന്നു...

ചങ്ങലകളിൽ... മുക്കാലികളിൽ... കലപ്പകൾക്കു കീഴിൽ... കണ്ണീരും വിയർപ്പും... ചോരയും ശുക്ലവും... തിലവും ദർഭയും... ഹവിസ്സും മലരും... കൊന്തയും പൂണൂലും... ഓം... ഓം... അപസ്മാരത്തിൽ തിമോത്തി അലറി... ഓം... ഓം... ഓം... ലായിലാഹാ... ഇല്ലള്ളാഹ്... ലായിലാഹാ... ഇല്ലള്ളാഹ്... ഓം... ഓം... ഓം... ഓാാംംംംംം...

പതിനാറ്

അതാണു സംഭവിച്ചതു കുഞ്ഞയ്യപ്പാ... കുടിയേറ്റ നാടുകളിലെങ്ങും... ഇന്ത്യയിൽ... കോംഗോതടങ്ങളിൽ... ലത്തീൻ നാടുകളിൽ... ഉത്തരഅമേരിക്ക യിലെങ്ങും...

യുദ്ധങ്ങളായിരുന്നു വത്രേ!!*... യുദ്ധങ്ങൾ... തിമോത്തി ചിരിച്ചു...

കല്ലും കവിണയും തെറ്റാടിയും മാത്രമായിനിന്ന സമൂഹങ്ങളിലേക്ക് യന്ത്രത്തോക്കും പീരങ്കിയുമായി ആർത്തലച്ചെത്തിയ സവർണ്ണന്റെ രണഭേരികൾ... പടഹധ്വനികൾ... വിജയാരവങ്ങൾ... യുദ്ധങ്ങളായിരുന്നുവെങ്കിൽ ഗോത്ര ജനതകൾ അപ്രത്യക്ഷമാവുന്നതെങ്ങനെ?... വംശങ്ങൾ കുറ്റിയറ്റുപോ വുന്നതെങ്ങനെ?... ജനിതക ഘടകങ്ങൾ ആവിയായിപ്പോവുന്നതെങ്ങനെ?... ജനതകൾ ഇല്ലാതാവുന്നതെങ്ങനെ?...

തുടർന്നൊന്നും ചോദിക്കാനാവാത്തതുകൊണ്ട് അവൾ ദീർഘമായ നിശ്ശബ്ദയിലേക്കു നിഷ്ക്രമിച്ചു... അയാളും...

പതിനേഴ്

ഉള്ളീഞ്...

ഉള്ളീഞ്...

ഉള്ളീഞ്...

തറവാട്ടുമുറ്റം... ഗോമാവിൻ തണൽ... ചാരുകസാലപോലെ നിർമ്മിച്ച് തുണിവിരിച്ച മരക്കസാലകൾ... ചീവീടുകൾ... തവളകൾ... ഒച്ചുകൾ... കൈതപ്പൂവിന്റെ മണം... ഉള്ളീഞ് നിശബ്ദത പാലിച്ചു... പുറത്തുപോയി കണ്ണാന്തളിപ്പടർപ്പുകളും വേലിപ്പരുത്തിയും തെച്ചിക്കാടുകളും കണ്ടു... കായൽ പ്പരപ്പിൽചെന്ന് ഏട്ടയുടേയും മുഷിയുടേയും വരാലിന്റേയും ലീലകൾ രസിച്ചു. കാക്കയുടേയും കൊക്കിന്റേയും കുയിലിന്റേയും ഈണങ്ങളിൽ മുഴുകി...

കുഞ്ഞയ്യപ്പാ... തണുക്കുന്നു കുഞ്ഞയ്യപ്പാ...

അതേഉള്ളീഞ്... വൃശ്ചികമാസം... ഉച്ചകൾ തണുക്കും... ശരണം വിളികൾ... ശംഖനാദം... ലായിലാഹാ ഇല്ലള്ളാഹ്... ലായിലാഹാ ഇല്ലള്ളാഹ്...

എനിക്കു പോകണമെന്നു തോന്നുന്നു, കുഞ്ഞയ്യപ്പാ...

അതേഉള്ളീഞ്... ആർക്കുംപോകാതെയാവില്ല...

ഇന്നുപൂക്കളുടെ ദിവസമാണ് ഉള്ളീഞ്!... തെച്ചി... ചോമ്പാല... മന്ദാരം... ആകാശവും ഉത്സവമയം... ആനകൾ... യതീന്ദ്രന്മാർ... തേരുകൾ... കാറ്റിൽ യാത്രകളുടെ ഈണം...

കുഞ്ഞയ്യപ്പാാ!!!...

ഉള്ളീഞ്! നിന്റെ നെറ്റിയിൽ ഒരു ശലഭം... ഞങ്ങളുടെ സ്ത്രീകൾ ഭർതൃമതികളെന്നു തിരിച്ചറിയാൻ കുങ്കുമം ചാർത്തുന്നയിടം...

ഭർതൃമതികളെ തിരിച്ചറിയുന്നതെന്തിനാണ് കുഞ്ഞയ്യപ്പാ?...

'ആവോ 'എനിക്കറിയില്ല...

** 'ആദിമനിവാസികളായിരുന്ന ചുവന്ന ഇന്ത്യാക്കാരുടേയും കോംഗോ തടങ്ങളിലേയും, കരീബിയായിലേയും ഗോത്രജനതകളുടെയും മേൽ വെള്ളക്കാർ നടത്തിയ കയ്യേറ്റങ്ങളെ യുദ്ധങ്ങൾ എന്നാണ് ബ്രിട്ടാനിക്കാനയും അമേരിക്കാനയും വ്യവഹരിക്കുന്നത്.'*

നീ വിവാഹത്തിൽ വിശ്വാസിക്കുന്നുണ്ടോ ഉളുീഞ്!

'എന്തിനാണത്? '... ഒരാൾ

ഒരു പങ്കാളിയോടൊപ്പം തന്നെ ജീവിതാന്ത്യം വരെ കഴിയുന്നതെന്തിനാണ്?... മറ്റൊരു ജീവിയും ജീവിക്കാത്തതുപോലെ...

'അതുപോട്ടെ ഉളുീഞ് '... മനസ്സിലാവാത്ത കാര്യങ്ങൾ... 'നിന്റെകണ്ണിൽ എത്രപീലികളുണ്ട് ഉളുീഞ്? '...

അമ്പത്... നൂറ്... ആയിരം

അല്ലെങ്കിൽ എണ്ണത്തിലെന്താണ്?... പീലികൾ ഉണ്ടെന്നതല്ലേ കാര്യം കുഞ്ഞയ്യപ്പാ...

'അതേഉളുീഞ്! '... അതേ... 'അല്ലാഹുവിനു സ്തുതി '... പീലികൾ ഉണ്ടെന്നതു തന്നെ കാര്യം... നിന്റെ പുരികങ്ങൾ, ഞങ്ങളുടെ സ്ത്രീകളുടേതിനേക്കാൾ തടിച്ചതാണ്... നെറ്റിക്കു കൂടുതൽ മിനുപ്പ്... കണ്ണിൽ തിരകൾ... ദൈവത്തിന്റെ നിറം...

'ദൈവത്തിന്റെ നിറമെന്താണ് കുത്തയ്യപ്പാ! '...

'അറിയില്ല '... എങ്കിലും ദൈവം കറുപ്പിനേയും ഇഷ്ടപ്പെടുന്നുണ്ടാവണം ഉളുീഞ്!... കാരുണ്യം... വേദന... വിശപ്പ്...

കറുപ്പിന്റെ കൂടപ്പിറപ്പുകൾ...

'ഉണ്ടാവണം കുഞ്ഞയ്യപ്പാ '... ദൈവം കറുപ്പിനേയും ഇഷ്ടപ്പെടുന്നുണ്ടാവണം... എല്ലാ ഗലികളിലും...

എല്ലാ അഴുക്കുചാലുകളിലും...

എല്ലാചെറ്റപ്പുരകളിലും...

എല്ലാ ജയിലുകളിലും...

എല്ലാ കഴുമരച്ചോടുകളിലും...

എല്ലാ ശ്മശാന ഭൂമികളിലും നിറഞ്ഞുനിന്ന് അവൻ...

അവൻ... അവൻ...

നമ്മെ സ്നേഹിക്കുന്നവൻ...

നമ്മോടു കരുണകാട്ടുന്നവൻ... നമുക്കു പ്രിയപ്പെട്ടവൻ...

നമ്മോടു പ്രിയങ്കരനായവൻ

അവൻ... അവൻ... അവൻ...

'ഉളുീഞ്!! ' നിന്റെ കുപ്പായത്തിനു വലിപ്പക്കുറവുണ്ടോ?... നിന്റെ മുലകൾ. മുലകൾ ഞെരുങ്ങിപ്പോയതുപോലെ. കണ്ണുകൾ അമർന്നു. പോയതുപോലെ...

'അതേ കുഞ്ഞയ്യപ്പാ...

മുലകൾ ഞെരുങ്ങിപ്പോയിരിക്കുന്നു...

കണ്ണുകൾ അമർന്നുപോയിരിക്കുന്നു... അവയ്ക്കു വീർപ്പുമുട്ടുന്നു...

ഞാനവയെ സ്വതന്ത്രമാക്കട്ടെ...

കുഞ്ഞയ്യപ്പൻ അവളുടെ മുലകൾ സ്വതന്ത്രമാവാൻ സഹായിച്ചു... ഇടതു കയ്യിൽ നിന്നുവേർപെട്ടപ്പോൾ കുഞ്ഞയ്യപ്പൻ കുപ്പായം വലതു കൈകൊണ്ടു പറിച്ചെടുത്തു... മുലകൾ തെളിഞ്ഞു ചിരിച്ചു... കറുപ്പും

വെളുപ്പും... ചെമപ്പ്... വജ്രം...
മുലകൾ പ്രകാശിച്ചു...
കണ്ണുകൾ തിളങ്ങി...
കുഞ്ഞയ്യപ്പൻ തൊട്ടുനോക്കി...
അമർത്തിപ്പിടിച്ചുനോക്കി...
തഴുകിനോക്കി...
കടിച്ചു നോക്കി...
കുടിച്ചു നോക്കി...
ഭക്ഷിച്ചു...
ഏമ്പക്കം വിട്ടു...
വളിവിട്ടു...

പതിനെട്ട്

... രാത്രി!... തലയിൽ കയ്യൂന്നി അവൾ നിലത്ത്... കുഞ്ഞയ്യപ്പൻ അരികെ കസാലയിൽ... വെളിച്ചതതിനുപാൽനിറം...

'കുഞ്ഞയ്യപ്പാ '...

'ഉല്ലീഞ്ഞ് '...

അതേഉല്ലീഞ്!...

എനിക്കറിയാം നിനക്കുപോവേണ്ടതുണ്ടെന്ന്...

ആർക്കും പോവാതെയാവില്ലെന്ന്...

ചരിത്രത്തിൽ... കാലത്തിൽ... ആർക്കും തങ്ങിനില്കാനാവില്ല...

എങ്കിലും നമുക്കുചിലതു ചെയ്യാതിരിക്കാനാവില്ല... അറിയാതിരിക്കാനാവില്ല... ചിലപ്പോൾ കണ്ടുമുട്ടാതിരിക്കാനാവില്ല... എതാണ് അറിവെന്നും കണ്ടുമുട്ടലെന്നും വ്യക്തമായി അറിയില്ലെങ്കിലും...

'നിനക്ക് എന്നെ വേണോ കുഞ്ഞയ്യപ്പാ? '...

'അറിയില്ല ഉല്ലീഞ്! '... വേണമെങ്കിൽത്തന്നെ എന്തിന്?...

എത്രകാലത്തേയ്ക്ക്?... സമയം കടന്നുപൊയ്ക്കൊണ്ടേയിരിക്കുന്നു... ഒന്നിനും സ്ഥിരതയില്ലല്ലോ ഉല്ലീഞ്!...

'എങ്കിലുംനിന്റെ ലിംഗം ചിലപ്പോൾ മൃദുവും ചിലപ്പോൾ ദൃഢവുമാവുന്നു കുഞ്ഞയ്യപ്പാ '... ചിലപ്പോൾ അതു രന്ധ്രങ്ങൾകൊതിക്കുന്നു...

'അതേ ഉല്ലീഞ്!! '... ലിംഗം രന്ധ്രങ്ങൾ കൊതിക്കുന്നു...

എല്ലാ പുല്ലിംഗങ്ങളും... എല്ലാ സ്ത്രീലിംഗങ്ങളും അതേറ്റുവാങ്ങാനും...

ലിംഗങ്ങൾതരിക്കുന്നു... മണക്കുന്നു... യാചിക്കുന്നു... നെടുവീർപ്പിടുന്നു... 'എല്ലാതരിപ്പുകളിലും വിങ്ങലുണ്ട് '...

എല്ലാ മണങ്ങളിലും അന്വേഷണമുണ്ട്...

എല്ലാ യാചനകളിലും വേദനയുണ്ട്... എല്ലാ നെടുവീർപ്പുകളിലും

കണ്ണീരുണ്ട്... 'കുഞ്ഞയ്യപ്പാ!! '...
'ഉല്വീഞ്!! '...
'അതിനാൽ '... അതിനാൽ... ഇപ്പോൾ നാമിത് കൈവിടാതിരിക്കുക കുഞ്ഞയ്യപ്പാ...
ഇപ്പോൾ...
ഇപ്പോൾ നാമിത് ആഗ്രഹിക്കുന്നുവെന്നതിനാൽ...
നാംകൊതിക്കുന്നുവന്നതിനാൽ...
നമുക്കു തരിക്കുന്നുവെന്നതിനാൽ...
'കുഞ്ഞയ്യപ്പാ!! '...
'ഉല്വീഞ്!! '...
'കുഞ്ഞയ്യപ്പാ!! '...
'ഉല്വീഞ്!! '...
'കുഞ്ഞയ്യപ്പാാാാാാാാാാ!! '...

പത്തൊമ്പത്

'അതിനാൽ ചരിത്രമെന്നത് ഒരു കെട്ടുകഥയാണ് ഗുജ്റിഫ്!!' ... അല്ലെങ്കിൽ കാലം അനന്തമാണെന്നിരിക്കെ, സ്ഥലം അനന്തമാണെന്നിരിക്കെ, ആകാശങ്ങൾ അനന്തമാണെന്നിരിക്കെ, ബോധം അനന്തമാണെന്നിരിക്കെ, ആർക്കു ആരുടെ ചരിത്രമാണു രചിക്കാൻ കഴിയുക ഗുജ്റിഫ്?...

മനുഷ്യർ... തിര്യക്കുകൾ അണ്ട്ഡ കടാഹങ്ങൾ... അനന്തകോടി അണ്ഡകടാഹങ്ങൾ... അനന്തകോടി ബ്രഹ്മാണ്ഡ കടാഹങ്ങൾ... ആർക്ക്, ആരുടെ ചരിത്രമാണു രചിക്കാൻ കഴിയുക ഗുജ്റിഫ്?...
ഈയലുകൾപോലെ ഉയരുന്ന സ്മൃതികൾ...
പുണ്യങ്ങൾപോലെ ഉയരുന്ന മണങ്ങൾ ...
തൈജസ കീടങ്ങൾ പോലെപ്രകാശിക്കുന്ന മൗനങ്ങൾ...
ഓംകാരങ്ങൾ പോലെ മുഴുങ്ങുന്ന ഈണങ്ങൾ...
ആർക്ക് ആരുടെ ചരിത്രമാണു രചിക്കാൻകഴിയുക ഗുജ്റിഫ്?...

ഇരുപത്

ശാന്തമായ കുന്നിൻ പുറം... സായന്തനം...

വെയിൽ അണയുന്നതും താഴ്വരയിൽ നിഴലുകൾ പടരുന്നതും നോക്കി അവർ കൽപരപ്പിലിരുന്നു... എന്തെങ്കിലും പറയേണ്ടതുണ്ടോ എന്നാലോചിക്കുകയായിരുന്നു ഗുജ്റിഫ്... അയാളുടെ കണ്ണുകൾ താഴ്വരകടന്ന് അപ്പുറം കുന്നിൻ ചരിവിൽ വീണു... അവിടെ ഇടവഴിയുടെ ഒരറ്റത്തുനിന്ന് കുഞ്ഞുടുപ്പും കാലുറയും ധരിച്ച ഒരു കുട്ടി പട്ടുപാവാ

ടയും ജാക്കറ്റും ധരിച്ച ചേച്ചിയുടെ കൈപിടിച്ച് മുൻപോട്ടു നടന്നു... ഏറെ നടന്ന് അവർ നിഴലുകളിൽ മറഞ്ഞു... എവിടെ നിന്നോ പറന്നുയർന്ന ഒരു കൊറ്റി അവർ പോയ വഴിയേ കുതിച്ച് പിന്നീട് തിരിച്ചു പറന്നു.

ഇരുപത്തി ഒന്ന്

ചുവന്ന അവക്ഷിപ്തശിലകൾ... വെള്ളാരങ്കല്ലുകൾ... പായൽ പിടിച്ചകരിങ്കല്ലുകൾ... സമയം ഒരു നദിയായി ഒഴുകി കാല ഗർത്തങ്ങളിൽ പതിക്കുന്നത് അവർ ശിരസ്സു നമിച്ചുശ്രവിച്ചു... ഉളിരീഞ്ഞ് നക്ഷത്രങ്ങൾ തെളിഞ്ഞു തുടങ്ങുന്ന ആകാശത്തിന്റെ വർണ്ണപ്പകർച്ചകളിൽ കണ്ണുനട്ടുകിടന്നു... മാൾവ അവളുടെ അരികിലിരുന്ന് ധ്യാനത്തിന്റെ അനന്തതലങ്ങൾ താണ്ടി.

ഇരുപത്തി രണ്ട്

'അണുവുംതാരവും തുല്യതയിൽ വർത്തിച്ചാണു ഗുജ്റിഫ്, പ്രപഞ്ചം ചലിക്കുന്നത്'. അണുവിന്റെ ഹൃദയം തപിക്കുമ്പോൾ പ്രപഞ്ചഹൃദയവും മ്ലാനമാവും... പക്ഷേ മനുഷ്യൻ രചിക്കുന്ന ചരിത്രത്തിലെവിടെയാണ് അണുക്കളുള്ളത് ഗുജ്റിഫ്?...

താരങ്ങളുടെ ഉദയം...

പ്രഭാകാലം...

ക്ഷീണം...

അസ്തമയം...

പക്ഷേ അണുക്കളില്ലെങ്കിൽ താരങ്ങൾക്ക് എന്തർത്ഥമാണുള്ളത് ഗുജ്റിഫ്?... അണുവിന്റെ ഉണ്മ...

പരിസരം...

അവസ്ഥാന്തരങ്ങൾ ...

അണു എന്ന

പൊതു സ്വത്വത്തിന്റെയല്ല...

ഓരോ...

അതേ... ഓരോ അണുവിന്റേയും സ്ഥിതി...

താപമാനം...

വികിരണം...

ഒരു അണുവിന്റെയെങ്കിലും കഥവിട്ടുപോവുമ്പോൾ പ്രപഞ്ചകഥ പൂർണ്ണമാവുന്ന തെങ്ങിനെ ഗുജ്റിഫ്?... അണുക്കൾ കത്തിയമർന്നല്ലേ, കാലാന്തരത്തിൽ ഒരു പ്രപഞ്ചംതന്നെ നിശ്ചലമാവുന്നത്?

ഇരുപത്തി മൂന്ന്

'ഗുജ്റിഫ്!! '... 'കുഞ്ഞയ്യപ്പാ!! '...

'ഗുജ്റിഫ്!! '...

'അതെ ഗുജ്റിഫ്!! '... നിശ്ചയമായും ഞാൻ പ്രശ്നങ്ങൾ സങ്കീർണ്ണമാക്കാൻ ശ്രമിക്കുകയല്ല... മറിച്ച് ആഴത്തിൽ... ഏറ്റവും ആഴത്തിൽ മനസ്സിലാക്കാൻ ശ്രമിക്കുകയാണ്... ഒരു ക്ഷുരകന്റെയെങ്കിലും ഒരു കുംഭാരന്റെയെങ്കിലും... ഒരു ധോബിയുടെങ്കിലും... കഥവിട്ടുപോവുമ്പോൾ ഒരു സമൂഹത്തിന്റെ കഥ പൂർണ്ണമാവുന്ന തെങ്ങനെയാണ് ഗുജ്റിഫ്?...

മുടിമുറിക്കപ്പെടാതിരിക്കുമ്പോൾ...

വസ്ത്രങ്ങൾ അലക്കപ്പെടാതിരിക്കുമ്പോൾ...

പാത്രങ്ങൾ നിർമ്മിക്കപ്പെടാതിരിക്കുമ്പോൾ

സമൂഹം പ്രവർത്തന നിരതമാവുകയും രാജ്യം ചലിക്കുകയും ചെയ്യുന്നതെ ങ്ങനെയാണു ഗുജ്റിഫ്?

കർഷകർ അന്നം ഉല്പാദിപ്പിക്കാതിരിക്കുമ്പോൾ രാജ്യം ഭക്ഷിക്കുന്നതും, തോട്ടികൾ പണിയെടുക്കാതിരിക്കുമ്പോൾ വിസർജ്ജ്യം നീക്കം ചെയ്യപ്പെടുന്നതു മെങ്ങനെയാണ് ഗുജ്റിഫ്?...

കുഞ്ഞയ്യപ്പൻ മനസ്സിൽക്കണ്ടു...

പണ്ടാരപ്പാട്ട വിളംബരം ചർച്ച ചെയ്യാനിരുന്ന ദിവസം ക്ഷുരകനെത്തിയിട്ടില്ലാത്തതിനാൽ നരച്ചു തുടങ്ങിയ താടിയും ചെമ്പിച്ച മീശയും നോക്കി രാജാവ് നിലക്കണ്ണാടിയുടെ മുന്നിൽ വിക്ഷണ്ണനായിരിക്കുന്നു...

മുലക്കച്ചയും കോണകവും അടിവസ്ത്രവും അലക്കിയെത്തിയിട്ടി... ല്ലാത്തതിനാൽ അടിമ വ്യാപാരം നിർത്തലാക്കേണ്ടദിവസം സദസ്സിൽ പ്രത്യക്ഷ പ്പെടാനാവാതെ രാജ്ഞി അരമനയിരുട്ടിൽ പതുങ്ങിയിരിക്കുന്നു... വഞ്ചികൂടോരത്ത് കുഞ്ഞിമായൻ വെള്ളക്കാരായ കാഫിർമാരിൽ നിന്ന് രാജ്യത്തെ മോചിപ്പിക്കണമെന്ന് ഒറ്റയ്ക്കുവിളിച്ചു പറഞ്ഞു നടക്കുന്നു... നിലമ്പൂരിൽ കുടിയേറിയ കുംഭാരത്തരുണിമാർ ഉടുമുണ്ടുയർത്തി വിയർപ്പൊപ്പുന്നതും മുക്കട്ടയാറ്റിൽ കുളിക്കുമ്പോൾ തോർത്തു വകഞ്ഞു തുടകൾക്കിടയിൽ സോപ്പുതേയ്ക്കുന്നതും കണ്ട് കുറുമ്പിലങ്ങോട്ടേയും, വഴിക്കടവിലേയും ചള്ളിയലിലേയും നായർത്തറവാടുകളിലും തീയക്കുടിലുകളിലും നിന്ന് വാണങ്ങൾ മുകളിലേക്കുയരുന്നു... വാണിയ ക്കുടികളിൽ കലാപമുയരുന്നു...

ഇരുപത്തി നാല്

'മാൾവ!! '

കാറ്റിൽ മരച്ചില്ലകളിളകി... നിരപ്പിൽ നിന്ന് മൂവായിരം അടി ഉയരമുള്ള കുന്നിൻ പുറം... പാറകൾ... ചരൽത്തറ... പുല്പരപ്പ്... 'മാൾവ!!'... താഴ്‌വരയിൽ

പാലകൾ പൂത്തിരിക്കുന്നു...

'അതേ ഉളിീഞ്ഞ്!! '... ചമ്പകം... കച്ചോലം... കരിങ്കുറിഞ്ഞി... കാറ്റിൽ ജലകണങ്ങൾ...

'അതേ ', അകലെ പർവത തടങ്ങളിൽ നിന്നുത്ഭവിച്ച്...

ചാന്ദ്രകിരണങ്ങളെ തഴുകി...

''മാൾവ! നിനക്കു വേദന തോന്നുന്നുവോ?''...

'എന്തിന്? '...

പിന്നീടെപ്പോഴോ മാൾവ ആചോദ്യം സ്വയം ചോദിച്ചു...

'വേദന? '... എന്തിന്?...

ഒരിക്കലും ആചോദ്യത്തിനുത്തരം കണ്ടെത്താൻ കഴിഞ്ഞില്ല മാൾവയ്ക്... മനുഷ്യൻ വേദനിക്കുന്നു!... പക്ഷേ എന്തിന്?...

എപ്പോഴും അവളുടെ കണ്ണുകൾ സർവ്വേശ്വരന്റെ കാരുണ്യ വർഷങ്ങളിൽ തങ്ങി... കുതൂഹലമാർന്ന കണ്ണുകളും അനായാസചലനങ്ങൾ സാധ്യമാവുന്ന കൈകാലുകളുമുള്ള ഓമനത്തമുള്ള പൂച്ചകൾ... ഒരുരുളച്ചോറിനും ഒരു ബിസ്കറ്റുകഷണത്തിനും നന്ദിയുടെ പരമ പ്രകാശനം കാട്ടുന്ന നായകൾ... ഒന്നിനും വേണ്ടിയല്ലാതെ, ആരോടുമുള്ള ഒരപേക്ഷയും കൂടാതെ, സർവേശ്വരനോടുള്ള സല്ലാപത്തിനു വേണ്ടി മാത്രം ഹൃദയം തുറന്നു പാടുന്ന പറവകൾ... അവളുടെ കരങ്ങൾ അറിയാതെ മുകുളി തമായി... നന്ദിയുടെ പ്രകാശം നിറഞ്ഞ് കണ്ണുകളും, ധന്യതയാർന്ന് മുലകളും, സ്നേഹത്തിന്റെ തരിപ്പു നിറഞ്ഞു യോനിയും പയസ്വിനികളായി... ഒരിറ്റുലവണ ജലം അവളുടെ യോനീ ഗഹ്വരത്തിൽ നിന്നുത്ഭവിച്ച്, പൂമൊട്ടിനെ തഴുകി, ഇതളുകളെ നനച്ച്, രോമ കൂപങ്ങളെ കുളുർപ്പിച്ച്, തുടകളിലൂടെ പ്രവഹിച്ച് കണങ്കാലിലൂടെ ഒഴുകി നിലംതൊട്ടു...

ഇരുപത്തഞ്ച്

കുന്നിനു മുകളിൽ രാത്രിവരുന്നത് ഭൂമിയിൽ മറ്റെല്ലായിടത്തേയും പോലെ തന്നെയാണ്, വെളിച്ചത്തിന്റെ തെളിവും ചൂടിന്റെ കാഠിന്യവും അല്പാല്പമായി കുറഞ്ഞ്... മരങ്ങളും മറ്റു സ്ഥാവരങ്ങളും കണ്ണിൽ നിന്നും മറഞ്ഞത് എപ്പോഴാണെന്ന ഒരു സൂചനയും നല്കാതെ... മൺതുരപ്പുകളിലും മടകളിലും വൃക്ഷശിരസ്സുകളിലും പതുങ്ങിനിന്നിരുന്ന

ഇരുട്ടിന്റെ ഭടന്മാർ അല്പാല്പമായി ഒത്തുചേർന്ന് അനന്തമായ ഒരു വ്യൂഹമായി അണിനിരന്ന്...

അത്രയുമായപ്പോൾ കുഞ്ഞയ്യപ്പന്റെ കണ്ണുകൾ നിറഞ്ഞു... ജീവിതത്തിൽ ഒരിക്കൽപോലും ഒരു പകൽ കടന്നു പോവുന്നതിന്റേയും ഒരു രാത്രികടന്നു വരുന്നതിന്റേയും ദൃശ്യങ്ങൾ അതിന്റെ കുറേയെങ്കിലും വിശദാംശങ്ങളോടെ താൻ ഉൾക്കൊണ്ടിട്ടില്ലെന്ന വാസ്തവം ഖേദകരമായ ഒരത്ഭുതമായി അയാളിൽ നിറഞ്ഞു... 'എങ്ങനെയാണ് ഒരു പകൽ കടന്നു പോവുന്നത്? '...

ഒരു പൂവു നിറംമങ്ങി...

വാടി...

കൊഴിഞ്ഞു പോവുന്നത്?...

ഒരു പകലിന്റെ ദാനങ്ങൾ മുഴുവൻ ഉൾക്കൊണ്ട്,

അനന്തമായ വിഹായസിലൂടെ പാറിപ്പറന്ന്...

മടങ്ങിയെത്തി...

ഒരു പക്ഷി ചില്ലയിൽ ചേക്കേറുന്നത്?...

'ഉല്ലീഞ് '... കാണേണ്ടതൊന്നും കാണാതെയും... അറിയേണ്ടതൊന്നും അറിയാതെയുമാണോ നാം ജീവിതം മുഴുവൻ കഴിച്ചു കൂട്ടുന്നത്?... ഒരിക്കലെങ്കിലും...

ജീവിതത്തിൽ ഒരിക്കലെങ്കിലും... ഒരുപകൽ എങ്ങനെ അസ്തമിക്കുന്നുവെന്ന് കണ്ടറിയാൻ മാത്രം കണ്ണുകൾ തുറന്ന്...

കാതുകൾ കൂർത്ത്...

രസനസ്വീകാര്യക്ഷമമാക്കി...

ചർമ്മംപേലവമാക്കി...

ഉല്ലീഞ്...

ഒരിക്കലെങ്കിലും...

ജീവിതത്തിൽ ഒരിക്കലെങ്കിലും???...

ഒന്നും പറയാൻ കഴിഞ്ഞില്ല ഉല്ലീഞിന്... എങ്കിലും അന്നുരാത്രി അവർ ഉറങ്ങിയില്ല... കുന്നിനു മുകളിൽ ത്തന്നെയിരുന്നു...

വളർന്ന്...

ലാസ്യവതിയായി...

മാസംളയായി...

ഭോഗിതയായി...

പ്രസൂതിതയായി...

സംതൃപ്തയായി മടങ്ങുന്ന രാത്രിയുടെ അനന്തചിത്രങ്ങൾ കണ്ട്...

അറിഞ്ഞ്...

നുകർന്ന്...

നേർരേഖയിലായിരുന്നില്ല അവരുടെ കണ്ണുകൾ...

മിക്കവാറും അവ നിലീമിതങ്ങളായിരുന്നു...

പോളകളുടെ സാന്ദ്രതയും ഇരിക്കുകയാണ് എന്ന അറിവും ഇടയ്ക്കിടെ കടന്നു വന്നിരുന്നു...

തണുപ്പ്...

കാറ്റുവീശുന്നുണ്ടെന്നും...

മഞ്ഞുവീഴുന്നണ്ടെന്നും ഇടയ്ക്കിടെ അറിഞ്ഞു...

അനന്തമായ ഒരു കരിമ്പടം...

വെളിച്ചങ്ങളുടെ അനന്തകോടി സുഷിരങ്ങൾ...

നക്ഷത്രങ്ങളുടെ...

വൈദ്യുത ദീപങ്ങളുടെ...

ചിമ്മിനിത്തിരികളുടെ

ഒട്ടേറെ ചെറുശബ്ദങ്ങൾ കലർന്ന ഉപമയില്ലാത്ത ഒരു ഓർക്കെസ്ട്ര...

ചീവീടുകൾ...

അനലിഡ...

മൊളസ്കുകൾ...

പക്ഷികൾ...

'ഉള്വീഞ്!! '... നമ്മുടെയെല്ലാം ജീവിതത്തിലെ ചിലനിമിഷങ്ങളെങ്കിലും അവിസ്മരണീയമല്ലേ ഉള്വീഞ്ഞ്?...

''യഥാർഥത്തിൽ... യഥാർഥത്തിൽ...

ജീവിതത്തിലെ ഒരു നിമിഷമെങ്കിലും പിന്നീട് വിസ്മൃതമായിത്തീരാൻ പാടുണ്ടോ കുഞ്ഞയ്യപ്പാ''...

കാരണം...

അതേ ചിത്ര രാശിയിൽ...

അതേ ഗന്ധരാശിയിൽ...

അതേ തോന്നലുകളിൽ...

അതേ സ്നേഹങ്ങളിൽ...

അതേവിഷമങ്ങളിൽ...

ജീവിതത്തിലെ ഒരു നിമിഷമെങ്കിലും പിന്നീട് ആവർത്തിക്കുന്നുണ്ടോ കുഞ്ഞയ്യപ്പാ...

'ഉള്വീഞ്!! '... ഈ രാത്രി അവസാനിക്കുമോ ഉള്വീഞ്?

എല്ലാരാത്രികളും അവസാനിക്കാറുണ്ട് കുഞ്ഞയ്യപ്പാ...

എങ്കിലും... എങ്കിലും... ഈ രാത്രി അവസാനിക്കരുതെന്നു തോന്നിപ്പോവുന്നു ഉള്വീഞ്... കാരണം അറിവുകളുടെ ദിവസമാണിന്ന്...

രാത്രിയുടെ... മൗനങ്ങളുടെ... ഉണർച്ചകളുടെ...

'വേണ്ട ഉള്വീഞ്!! '... രാത്രികൾ അവസാനിക്കട്ടെ... എല്ലാരാത്രികളും...

വളരെ... വളരെയേറെ... പ്രതീക്ഷിക്കുന്നണ്ടെല്ലാവരും... മനുഷ്യർ... മൃഗങ്ങൾ... പക്ഷിസഞ്ചയം... ദർശനങ്ങൾ... ദാനങ്ങൾ... സംഗമങ്ങൾ... എല്ലാം പ്രപഞ്ചനാഥന്റെ ഉള്ളം പോലെ തന്നെ നടക്കട്ടെ ഉള്വീഞ്... കൈ കടത്തരുത്... നാം കൈകടത്തരുത്... അരുത്... സങ്കല്പിക്കുക പോലുമരുത്!!!

ഇരുപത്താറ്

സൂര്യന്റെ സ്നേഹകിരണങ്ങളേറ്റാണ് എഴുന്നേറ്റത്... സമീപത്തെ കുറ്റിച്ചെടികളിലും പുൽനാമ്പുകളിലും നിന്ന് കോടാനുകോടി സൂര്യന്മാർ തെളിഞ്ഞു ചിരിച്ചു... പൂഴിയും പുല്പരപ്പും ചേർന്നൊരുക്കിയ മൃദുശയ്യയിൽ, തുടകൾക്കിടയിൽ കൈകൾ തിരുകി ചരിഞ്ഞുകിടക്കുകയാണ് ഉല്ലീഞ്ഞ്... പതുപതുപ്പാർന്ന കോട്ടൺ ടീഷർട്ടും തുടകളിലവസാനിച്ച മുറിഞ്ഞ അരമിഡിയും...

'രാത്രി അവിസ്മരണീയമായിരുന്നു!!... അല്ലേ ഉല്ലീഞ്ഞ്?? '... ഉണർന്ന്... പൂഴിയിൽ കുത്തിയിരുന്ന്... മൗന പ്രണാമംചെയ്യുമ്പോൾ മെല്ലെ ചോദിച്ചു...

നന്ദി... നന്ദി... ഒരായിരം നന്ദി...

ജഗദീശ്വരാ ഒരായിരം നന്ദി...

ധ്യാനത്തികവിൽ...

തുറസ്സിൽ...

മൗനത്തിന്റെ ഉന്നതങ്ങളിൽ...

ഒരുരാത്രി കഴിച്ചു കൂട്ടാനായതിന്...

ജന്മാന്തരങ്ങളിലേക്കു സംക്രമിക്കുന്ന അറിവുകൾ ഭിക്ഷയായിത്തന്നതിന്...

മൗനത്തിന്റെ അഗാധതകളിൽ...

സ്നേഹത്തിന്റെ പയോധരങ്ങളിൽ...

അറിവുകളുടെ തപോഭൂമികളിൽ...

ഒരു രാത്രിമുഴുവൻ ഇഴഞ്ഞു നടക്കാനായതിന്...

ജഗദീശ്വരാ... സർവ്വേശ്വരാ... സർവ്വേലോകേശ്വരാ...

നന്ദി!!... നന്ദി!!... നന്ദി!!...

അവൾ പ്രതിവചിച്ചു...

ഇരുപത്തേഴ്

കുന്നിറങ്ങുമ്പോൾ മൗനം പാലിച്ചു... പേരറിയുന്നതും അറിയാത്തതുമായ മരച്ചവടുകളിൽ നിന്ന് ഗന്ധഭേദവും, തണുപ്പും അറിഞ്ഞു. താന്നിപ്പൂവിനു മഞ്ഞ നിറം... മദഗന്ധം... താലീസപത്രം സൂചിതാഗ്രം... ചുവപ്പ്... തൊട്ടാവാടി... താതിരി... ത്രായമാണം...

സമതലത്തിൽ സ്പർശിക്കുന്നതിനു മുമ്പ് ഒരു ഓലക്കാലിൽ പിടിച്ചു നിന്നു... കാലുകൾ വായുശീർഷത്തിൽ...

'ഉല്ലീഞ്ഞ്! '... 'സമതലം! '... 'സമതലം! '... സമതലം സ്പർശപൂർവ്വം...

ഒരു നിമിഷം കണ്ണുകൾ ഇമച്ചു...

'ഓം... പരബ്രഹ്മം സ്മരഃ '...
ഓം... ഓം... ലായിലാഹാ...
ഓം... പരമാത്മം സ്മരഃ!!...
ഓം... ഓം... ലായിലാഹ...
ഓം... പരമതത്ത്വം സ്മരഃ
ഓം... ഓം... ലായിലാഹ ഇല്ലള്ളാഹ്!!...
ലായിലാഹ ഇല്ലള്ളാഹ്!!...

ഒരുമിച്ച്... കൈകൾ കോർത്ത്... ശാന്തരായി... ശാന്തരും മുദിതചിത്തരുമായി... ശാന്തരും മുദിതചിത്തരും സർവ്വാഹ്ലാദ സമന്വിതരുമായി... അവർ മുമ്പോട്ടു നടന്നു... അവർക്കു പിന്നിൽ പകൽ കരുത്താർജ്ജിച്ചു...

ഇരുപത്തെട്ട്

അല്പനേരമേ വേണ്ടി വന്നുള്ളൂ ഓർഡറുകൾ എടുക്കാൻ... ചില പഠാണികളുടെ... ഒന്നുരണ്ടു മാർവാഡികളുടെ... ഒരു ദൽഹിക്കാരൻ സിങ്ങിന്റെ... ഒരു ദിനോസറിന്റെ... കുരങ്ങ്, മയിൽ, മാൻ തുടങ്ങിയ കുസൃതിക്കാരുടെ കുറച്ച്... സ്ത്രീപുരുഷന്മാരുടെ നഗ്നരൂപങ്ങൾ ഏതാനും... വലിയ അദ്ധ്വാനമൊന്നും വേണമെന്നുള്ള ജോലിയല്ലിത്... നല്ല ലാഭവും... അദ്ധ്വാനത്തേയും വിലയേയും കുറിച്ചുള്ള ഭൗതികനിയമങ്ങളേക്കാൾ വ്യക്ത്യധിഷ്ഠിതവും മോഹപരവുമായ ചില നിയമങ്ങളാണ് ഈ രംഗത്തെ നിയന്ത്രിക്കുന്നത്...

പലപ്പോഴും ആയിരമോ രണ്ടായിരമോ മുടക്കുകയും അതിനനുസരിച്ച് അദ്ധ്വാനിക്കുകയും ചെയ്യുമ്പോൾ മുപ്പതിനായിരമോ നാല്പതിനായിരമോ ലഭിക്കുന്നു...

സൂക്ഷ്മവും ധ്യാനപൂർണ്ണവുമായ ജോലിയായതിനാൽ സുന്ദരവും തേജസ്സുറ്റതുമായ രൂപങ്ങൾ നിർമ്മിച്ചെടുക്കാൻ കഴിയുന്നതിന്റെ മാനസികസംതൃപ്തി വേറേയും...

മേൽത്തട്ടിലുള്ള ചിലബിസിനസ്സുകാർ, കലാകാരന്മാർ, ഉയർന്ന ക്ലാസ്സുകളിൽ പഠിപ്പിക്കുന്ന ചില അദ്ധ്യാപകർ ഇവരൊക്കെയാണ് തങ്ങളുടെ ഉല്പന്നങ്ങളോടു താല്പര്യംകാട്ടിയത്... വിലയെക്കുറിച്ച് തർക്കിക്കാനൊരുങ്ങിയില്ലെങ്കിലും ഉപയോഗിച്ച മരത്തിന്റെ ഈടും പ്രായവും, ദൃഢപ്പെടുത്താൻ ഉപയോഗിച്ച സോൾവന്റുകളുടെ പ്രത്യേകതകൾ, പ്രൈമറുകളുടേയും പെയിന്റുകളുടെയും ചേരുവകൾ എന്നിവയെകുറിച്ച് അവർ പോദ്യങ്ങൾ ചോദിച്ചു... അറിയാവുന്നവയ്ക്ക് അപ്പോൾ തന്നെയും അല്ലാത്തവയ്ക്ക് മറ്റുള്ളവരോടു മനസ്സിലാക്കിയിട്ടും തങ്ങൾ മറുപടി നല്കി... വീണ്ടും പലതും ചോദിക്കാമായിരുന്നുവെങ്കിലും ശില്പങ്ങളുടെ അഴക് അംഗീകരികുന്നതുകൊണ്ടോ എന്തോ, ഭാഗ്യം, അവർ അധികം മുമ്പോട്ടുപോയില്ല... ചോദിച്ച വില നല്കി,

റിക്ഷകളിലും ട്രക്കുകളിലും കയറ്റി സാധനങ്ങൾ കൊണ്ടുപോയി...

രണ്ടുകാര്യങ്ങളിലാണ് ഈ ജോലിക്കിടയിൽ തങ്ങൾ പ്രത്യേകം മനസ്സിരുത്തിയത്... ഒന്ന്, പ്രായമായി കാലാനുസൃതം ജീവൻ വെടിഞ്ഞ മരങ്ങളെയല്ലാതെ നിർമ്മാണത്തിനുപയോഗിച്ചില്ല... .

രണ്ടു, ശാന്തമായ മനസ്സിൽ, മതിവരുവോളം അദ്ധ്വാനിച്ചു തൃപ്തി പ്പെട്ടിട്ടല്ലാതെ ഉല്പന്നങ്ങൾ വിപണിയിലേക്കു നീക്കം ചെയ്തില്ല... എല്ലാ അദ്ധ്വാനങ്ങൾക്കും മിനുക്കുപണികൾക്കും ശേഷം അഴകും അരോഗ്യവുമുള്ള ശരീരങ്ങളുമായി സ്ത്രീ പുരുഷന്മാരും കുസൃതി യോ പേടിയോനിറഞ്ഞ ഭാവങ്ങളുമായി കുരങ്ങുമയിലൊട്ടകങ്ങളും യാത്രയാരാംഭിക്കുമ്പോൾ പരസ്പരം ഉരിയാടാതിരിക്കാൻ മാൾവയും താനും പ്രത്യേകം ശ്രദ്ധിച്ചു...

ഇരുപ്പത്തൊമ്പത്

'മാൾവാ!! '... നമ്മുടെ അദ്ധ്വാനത്തിന് അതർഹിക്കുന്നതിനേക്കാൾ വില ലഭിക്കുന്നണ്ട്... അല്ലേ?...

'തീർച്ചയായും ഗുജ്റിഫ്!! '... അർഹിക്കുന്ന തിനേക്കാളും വളരെ യേറെ... വേണ്ടതിലും വളരെയധികം... കൈനിറയേയും ചിലപ്പോൾ അതിലധികവും... 'പക്ഷേ എന്തുകൊണ്ടാണിതു മാൾവാ? '... ഏന്തു കൊണ്ട്?...

നമ്മുടെ ജീവിതം ചിലവേറിയതാണെന്നതു ശരി...

ഭക്ഷണത്തിനും വേഷങ്ങൾക്കും നമുക്കു വളരെയേറെ ആവുന്നു ണ്ട്...

യാത്രകൾ നമ്മുടെ ധനം ഒരുപാടപഹരിക്കുന്നു...

എങ്കിലും... എങ്കിലും നമ്മുടെ അദ്ധ്വാനത്തിന് എന്തിനിത്രയധികം വില ലഭിക്കുന്നു മാൾവ!...

നമുക്ക് ആവശ്യമായതിലും വളരെയേറെ.

വേണ്ടതിലും വളരെയധികം.

മുൻപുലഭിച്ചതിലും ഇരട്ടിയായി...

നാം ദാനം ചെയ്യുന്നുണ്ട്... ലഭിക്കുന്നതിന്റെ നിശ്ചിത അംശവും അതിലേറെയുംകൊടുക്കുന്നുണ്ട്...

കണ്ണുനീർ യഥാർഥമാണെന്ന്കാണുമ്പോൾ... അതു ചൊരിഞ്ഞവ ന്റെ ഉള്ളം നീറ്റലുള്ളതാണെന്നറിയുമ്പോൾ നാം കനിവു പകരാറുണ്ട്... പക്ഷേ ഇതൊന്നും നാം വിയർക്കുന്നതിലേറെ ലഭിക്കുന്നുവെന്നതിന് ന്യായമാവുന്നില്ലല്ലോ മാൾവ!...

നാം ചിലവഴിക്കുന്നതിലേറെ കിട്ടുന്നുവെന്നതിന്...

അർഹിക്കുന്നതിന്റെ പതിന്മടങ്ങ് തിരിച്ചു ലഭിക്കുന്നുവെന്നതിന്??...

പെട്ടെന്നു ഗുജ്റിഫ് നിശബ്ദനായി!... താൻ പറഞ്ഞു വരുന്നതിന്റെ രൂപം തനിക്കുതന്നെ മനസ്സിലാവാത്തതുകൊണ്ട്... ഇതെല്ലാം താൻ

ഉദ്ദേശിച്ചിരുന്ന വിഷയങ്ങൾ തന്നെയാണോ എന്ന സംശയം വന്നതുകൊണ്ട്... ഇങ്ങനെയൊരു വിഷയം ഇത്ര അഗാധമായി തന്നെ മഥിക്കുന്നുണ്ടായിരുന്നു എന്ന് ഉറപ്പ് വരാത്താതുകൊണ്ട്...

മാൾവയും നിശ്ശബ്ദയായി... ഗുജ്റിഫ് പറഞ്ഞുവരുന്നതിന് മറുപടിയൊന്നും തോന്നാത്തതുകൊണ്ട്... എന്താണ് അയാളുടെ പ്രശ്നം എന്ത് എന്നു തനിക്കുതന്നെ മനസ്സിലാവാത്തതുകൊണ്ട്... ഇങ്ങനെയൊരു വിഷയം ഇത്ര ആർജ്ജവമായി എന്തകൊണ്ടയാൾ ഉന്നയിക്കുന്നു എന്ന ആശങ്ക വന്നതുകൊണ്ട്...

പിന്നീടവർ സംസാരിച്ചില്ല... നിശബ്ദരായി നടന്നു... ചിലചോദ്യങ്ങൾക്കു പരസ്പരം സംസാരിച്ചതുകൊണ്ടോ പുസ്തകങ്ങളിൽ പരതിയതുകൊണ്ടോമറുപടിയില്ലെന്നവർക്കറിയാം... അവർധ്യാനനിരതരായി...

കോഫീ ഹൗസിൽ ഓരോ കേക്കുകഷണത്തിന്റേയും ലസിയുടേയും മുൻപിലിരുന്നവർ ധ്യാനിച്ചു... പിന്നീടെപ്പോഴോ അവിടെനിന്നിറങ്ങി നടന്നു... നിശബ്ദരായിത്തന്നെ...

പിന്നീടെപ്പോഴോപരസ്പരം ശ്രദ്ധിക്കുമ്പോൾ തലകൈകൊണ്ടു താങ്ങി... വശം ചരിഞ്ഞ്... കാലുകൾ അലസമായി മടക്കിവച്ച് മ്യൂസിയം കോംപൗണ്ടിനുള്ളിലെ മഹാഗണിത്തണലുകളിലൊന്നിൽ വിശ്രമിക്കുകയാണു തങ്ങളെന്നവർ തിരിച്ചറിഞ്ഞു...

മുപ്പത്

'ഗുജ്റിഫ്!! '...

മൗനം...

'ഗുജ്റിഫ്!! '...

മൗനത്തിന്റെ അനന്തസാഗരം...

'ഗുജ്റിഫ്!! '...

മൗനത്തിന്റെ പ്രപഞ്ചകോടികൾ...

'നീസുന്ദരനാണ്, ഗുജ്റിഫ്!! '...

'നിന്റെ നെറ്റിത്തടം മൃദുലവും വീതിയുള്ളതുമാണ് '...

കവിൾത്തടം തുടുത്തത്...

താടി ഈടുറ്റത്...

നീ ആകെകൂടി സുന്ദര സുവദനനായിരിക്കുന്നു...

സ്ത്രീകൾക്കു നിന്റെ മുഖത്തു നിന്നു കണ്ണെടുക്കാനാവില്ല...

പുരുഷന്മാർക്ക് നിന്റെ അധീശത്വം അംഗീകരിക്കാതിരിക്കാനാവില്ല...

കുഞ്ഞുങ്ങൾ സുഗന്ധ വാഹിയായ ഒരു പൂവാടിപോലെ നിന്റെ അകവും പുറവും ചവിട്ടിമെതിക്കാനിഷ്ടപ്പെടും...

നീ ദ്വിഗ്വിജയിയായ ഒരു ചക്രവർത്തിയെപ്പോലെ ശോഭിക്കുന്നു ഗുജ്റിഫ്...

മുപ്പത്തൊന്ന്

'മാൾവ!! '...
'മാൾവ!! '...
'മാൾവ!! '...

'കോമളമായ ആകാരവും സുഭഗമായ അവയവങ്ങളുംകൊണ്ട് പുരുഷ ഹൃദയങ്ങിളിൽ അസ്വാസ്ഥ്യം ജനിപ്പിക്കുന്നവളേ! '...

'അപൂർവ്വമായ ഒരു ജന്മമാണ് നിന്റേത്!! '...

സൃഷ്ടാവ് സർവ്വ സൗഭാഗ്യങ്ങളും നല്കി നിന്നെ അനുഗ്രഹിച്ചിരിക്കുന്നു...

പവിഴംപോലെ തിളങ്ങുന്നതിനാൽ പുരുഷന്മാർക്ക് നിന്റെ മുഖത്ത് അധികം കണ്ണുറപ്പിക്കാനാവില്ല...

ഒളികണ്ണുകൊണ്ടല്ലാതെ സ്ത്രീകൾക്കു നിന്നെ നോക്കാനാവില്ല...

നീ മാറിലെടുത്തമർത്തി ചുംബിച്ചാൽ കുഞ്ഞുങ്ങൾക്കു പിന്നെ നിന്നെ വിട്ടുപോകാനാവില്ല...

നീ സർവ്വൈശ്വര്യ സമന്വിതയായ ഒരു കുലാംഗനയെപ്പോലെ വിരാജിക്കുന്നു മാൾവ!...

മുപ്പത്തി രണ്ട്

നഗരം... സാവകാശമാണു നടന്നത്...
ബോധപൂർവ്വം...
ഇവിടെ എല്ലാവർക്കും തിരക്കാണ്...
മനുഷ്യർക്ക്...
സ്ഥാപനങ്ങൾക്ക്...
യന്ത്രങ്ങൾക്ക്...

മനുഷ്യരായാലും സ്ഥാപനങ്ങളായാലും ഇന്നുകാണുന്നതുപോലെയല്ല നാളെക്കാണുമ്പോൾ...

നിർത്താതെയുള്ള സംഭാഷണവും കൂവിയാർക്കലും. സംശയങ്ങളുമൊക്കെയായി ഇന്നുകാണുന്ന കുട്ടിയെ നാളെകാണുമ്പോൾ...

പ്രോട്ടീനുകളും കാർബോ ഹൈഡ്രേറ്റുകളുമൊക്കെ യഥാ വിധിയായോ പലപ്പോഴും അമിതമായോ ഉള്ളിൽ ചെന്ന്...

പഠനത്തിൽ, അഥവാ ഓഫീസു ജോലികളിൽ...

അഥവാ ഓർഡറുകൾ യഥേഷ്ടം കിട്ടുന്നതിന് മനുഷ്യരുടെ മനസ്സിൽ തന്ത്രപരമായി കടന്നു കയറുന്നതിനുള്ള വിദ്യകളെക്കുറിച്ചാലോചിച്ച് തല പുകച്ച്...

ഉള്ളിലെത്തിയ പ്രോട്ടീനുകളും കാർബോഹൈഡ്രേറ്റുമൊക്കെ യഥാവിധി അലിഞ്ഞു പഞ്ചസാരയും ഊർജ്ജവുമായി മാറികൂടുതൽ ഉത്സാഹവും കൂടുതൽ പ്രവർത്തനവുമായി മാറാൻ വിസമ്മതിച്ച്.

മുപ്പത്തിമൂന്ന്

പുറമേ ഒരുപാട് തിരക്കും സന്തോഷവുമൊക്കെകാണിക്കുമെങ്കിലും നഗരത്തിന്റെ ഉള്ളറകളിൽ...

ആരും വായിക്കാൻ ശ്രമിക്കാത്ത അതിന്റെ അധോതലങ്ങളിൽ

അഗാധമായ ഒരു വിള്ളൽ... തിരിച്ചറിയപ്പെടാത്ത ഒരു ശൂന്യത...

മുപ്പത്തി നാല്

വൈകുന്നേരങ്ങളിൽ ബസ്സ്റ്റാൻഡുകളിൽ തിരക്കി കൂടുന്ന മനുഷ്യരിൽ നിന്നും അല്പം അകന്ന്

ഒരു പരസ്യബോർഡിനു കീഴിലോ

പലകകൾകൊണ്ടുനിർമ്മിച്ച ഒരു ബങ്കുപീടികയുടെ പിറകിലോ നിന്ന്

അവരറിയാതെ അവരെ ശ്രദ്ധിക്കുമ്പോൾ.

മുപ്പത്തഞ്ച്

സ്ഥിരവരുമാനക്കാരായ സർക്കാർ ജീവനക്കാർ... സ്ഥിരവരുമാനമുണ്ടെ ങ്കിലും ഇല്ലെങ്കിലും ആകർഷകമായ വ്യക്തിത്വവും പ്രൊഫഷണലിസവുംകൊണ്ട് ആറക്കം വരെ ശമ്പളം വാങ്ങുന്ന സ്വകാര്യമേഖലക്കാർ... ഇതൊന്നുമില്ലാതെ കൂറ്റൻ പില്ലറുകൾക്കും ബീമുകൾക്കും പാർശ്വസ്ഥരായി ഞാന്നുകിടന്നും അഞ്ചും ആറും നിലകളുള്ള കെട്ടിട വാർപ്പുകളിൽ നിന്നും കെട്ടിയാഴ്ത്തിയ കയറേണികളിൽ തൂങ്ങിക്കിടന്നും പെയിന്റു ചെയ്യുകയോ ഇലക്ട്രിക്കൽ ജോലികളിൽ ഏർപ്പെടുകയോചെയ്ത് ജീവിതം തന്നെ ഒരു ട്രപ്പീസിയം കളിയാക്കി ഉപജീവനം നടത്തുന്ന അരപ്പട്ടിണിക്കാരായ സാധാരണക്കാർ.

മുപ്പത്താറ്

നഗരത്തെ വിലയിരുത്തേണ്ടത് എങ്ങിനെയെന്ന് ഒരിക്കലും അയാൾക്കു മനസ്സിലായിരുന്നില്ല... അതിന്റെ രൂപം... മാറിക്കൊണ്ടിരിക്കുന്ന പ്രകൃതി... വർദ്ധിച്ചുകൊണ്ടിരിക്കുന്ന വേഗം... വികസിച്ചുകൊണ്ടിരിക്കുന്ന വലിപ്പം... ഒരിക്കലും പിടിതരാതെ അകന്നു നില്കുന്ന അതിന്റെ ജനത.

മുപ്പത്തേഴ്

എങ്കിലും ഒരിക്കൽ ഒരു മാസികയിൽ അടിച്ചുവന്ന ഒരു കൊറിയൻ നഗരത്തിന്റെ ആകാശത്തുനിന്നുള്ള ദൃശ്യം കണ്ടപ്പോൾ അയാൾ ഉറപ്പിച്ചു... അത് ഒരു നഗരത്തെ വിലയിരുത്താവുന്ന സുപ്രധാനമായ ഒരു വീക്ഷണകോ ണാണെന്ന്...

അധികം വികൽപ്പങ്ങളില്ലാത്ത ഒരു നിലപാടുതറയാണെന്ന്.

മുപ്പത്തെട്ട്

ബ്രോഡ്‌വേകളും സ്കൈസ്കേപ്പറുകളും മെട്രോറെയിൽവേയുമൊക്കെ ഒത്തു ച്ചേർന്ന്... മനുഷ്യ മേധയുടെ ആസൂത്രണവും അധ്വാനത്തിന്റെ മഹത്വവും വിളിച്ചോതുന്ന മനോഹരമായ ഒരു വികസിത നഗരം... ചോളിമയിലെ വിപ്ലവസ്മാരകം... മൻസുദെ അസംബ്ലി മന്ദിരം... പീപാതെരുവ്... മൊറാൻകുന്നിലെ ഉൾമിൽ പവലിയൻ.

മുപ്പത്തൊമ്പത്

നവകൊറിയയുടെ നായകൻ കിം സംഗ് രണ്ടാമൻ നേതൃത്വം നല്കിയ മഹത്തായ വിപ്ലവമുന്നേറ്റത്തിന്റെ പരിസമാപ്തിയിലാണത്രേ പ്യോംഗ് യംഗ് നഗരം ഉയിർക്കൊണ്ടത്. പ്രസിഡന്റ് കിം നിർമ്മാണത്തിലിരിക്കുന്ന നഗരത്തിന്റെ ത്രിമാന മാതൃകനോക്കിക്കാണുന്നതിന്റേയും നിർദ്ദേശങ്ങൾ നല്കുന്നതിന്റേയും ചിത്രം ഉൾപ്പേജുകളിലൊന്നിൽ.

നാൽപ്പത്

ഫാക്ടറികളും കോളേജുകളും വൊക്കേഷണൽ വിദ്യാലയങ്ങളും പ്രവൃത്ത്യുന്മുഖ വിദ്യാഭ്യാസ പദ്ധതിയുടെ ഭാഗമായി നഗരത്തിൽ പ്രവർത്തിക്കുന്നു. പാർട്ടി സ്റ്റേറ്റ്-സാമ്പത്തിക മേഖലാ വിദ്ഗ്ദ്ധന്മാരെ കേഡർ ട്രയിനിംഗ് സെന്ററുകൾ വഴിവാർത്തെടുക്കുന്നു... ജോലിയിലിരിക്കുന്ന ഒഫീഷ്യലുകളെ പുനർ വിദ്യാഭ്യാസം ചെയ്യിക്കുന്നതിനും വിദഗ്ദ്ധ തൊഴിലാളികളെ വാർത്തെടുക്കുന്നതിനും പ്രത്യേകട്രയിനിംഗ് സെന്ററുകൾ...

സോഫ്ട്‌വെയർ കംപോണന്റ്കളും ഹെവിവെയ്റ്റ് നിർമ്മാണ- ഖനന- ഊർജ്ജ വിതരണ സാമഗ്രികളും നിർമ്മിച്ച് പ്യോംഗ് യംഗ് രാജ്യത്തിന്റേയും ലോകത്തിന്റെ തന്നെയും വളർച്ചയിലെ പ്രധാന ബൗദ്ധിക സിരാകേന്ദ്രങ്ങളിലൊന്നാവുന്നത് പ്രസിഡന്റ് കിം സ്വപ്നം കണ്ടു.

നാൽപ്പത്തി ഒന്ന്

പ്രസിഡന്റ് കിമ്മിന്റെ സ്വപ്നം വിഫലമായില്ല... വൻകിട ലോക്കമോട്ടീവ് സ്റ്റേഷനുകൾ... എലിവേറ്റർ-എസ്കവേറ്റർ യൂണിറ്റുകൾ... ഹൈഡ്രോളിക് മൈനിംഗ് ഭീമന്മാർ... സോളിഡ് സ്ട്രക്ചറുകളുടേയും യന്ത്രങ്ങളുടേയും നിർമ്മാണത്തിൽ പ്യോംഗ്‌യംഗ് ലോകത്തിലെ ചോദ്യം ചെയ്യപ്പെടാത്ത ശക്തി കേന്ദ്രങ്ങളിലൊന്നായി... എസ്.എം.എസ്. സന്ദേശങ്ങളും റഡാർപ്രസരണങ്ങളും ചാറ്റ്-ഇ-തരംഗങ്ങളും വഹിച്ച് കൊറിയൻ ആകാശം സദാസംവാദമുഖരിതമായി...

സ്ഫടിക പ്രഭയെ വെല്ലുന്ന മെട്രോസ്റ്റേഷനുകൾ... യാഥാർഥ്യത്തെ വെല്ലുന്ന മ്യൂറലുകൾ... കിന്റർ ഗാർട്ടനുകളിലും അമ്യൂസ്മെന്റ് പാർക്കുകളിലും മംഗ്‌യംഗ് ദേ മഞ്ഞു കൂടാരങ്ങളിലും പൂക്കളെപ്പോലെ പാറി നടക്കുന്ന കുഞ്ഞു പൂമ്പാറ്റകൾ...

പ്യോംഗ്‌യംഗ് കുഞ്ഞുങ്ങളുടെ ഫിലാദൽഫിയയായി... സ്ത്രീസൗന്ദര്യത്തിന്റെ അറേബ്യയായി... പ്യോംഗ്‌യംഗ് വ്യവസായങ്ങളുടെ ന്യൂയോർക്കും ഹരിത സൗന്ദര്യത്തിന്റെ കാശ്മീർത്താഴ്‌വരയുമായി...

നാൽപ്പത്തി രണ്ട്

എങ്കിലും ഗുജ്റിഫിനു കണ്ണെടുക്കാൻ കഴിഞ്ഞില്ല...

കണ്ണെടുക്കാനേ കഴിഞ്ഞില്ല...

സിമെന്റിലും ഗ്രാനൈറ്റിലും ഫെൽസ്പാറിലും പടുത്തുയർത്തിയ കെട്ടിട സമുച്ചയങ്ങൾക്കും തെരുവീഥികൾക്കും മിനാരങ്ങൾക്കും മധ്യേ കൂടി സ്വന്തവും സ്വസൃഷ്ടമായ നാഗരികതയുടെ കയറ്റിറക്കങ്ങളേയും ഭൂതവർത്തമാനങ്ങളേയും കുറിച്ചുള്ള എല്ലാ രഹസ്യങ്ങളേയും ഉള്ളിൽത്തന്നെ നിഗൂഹനം ചെയ്തുകൊണ്ട് അനാദിയായ ഒരു ഈണംപോലെ അഗ്രാഹ്യമായ ഒരു മൂടൽ മഞ്ഞുപോലെ അനിശ്ചിതത്വത്തിന്റെ ഒരു ലാവപോലെ ഒഴുകുന്ന, ഒഴുകിക്കൊണ്ടേയിരിക്കുന്ന

തെയ്ദോംഗ്... പ്യോംഗ്‌യംഗിനെ രണ്ടായി മുറിച്ചുകൊണ്ട്... പ്യോംഗ്‌യംഗിനു മധ്യേകൂടി... സിമെന്റ് എടുപ്പുകളും വൈദ്യുതവേലികളും, പുകക്കുഴലുകളും നിറഞ്ഞ നഗര മണ്ഡലത്തിന് പ്രാകൃതസ്നേഹത്തിന്റെ ചോരയും ദൈവകാരുണ്യത്തിന്റെ കുളുർമയും പകർന്നു നല്കി...

പ്യോംഗ്യംഗിനു എട്ടുകിലോമീറ്റർ തെക്കുപടിഞ്ഞാറായി, തെയ്ദോംഗിനു കരയിൽത്തന്നെ മംഗ്യംഗ്ദേ,... പ്രസിഡന്റ് കിം രണ്ടാമൻ സംഗ് ജനിക്കുകയും ബാല്യം ചെലവിടുകയും കൊറിയയിലെ മഹത്തായവിപ്ലവത്തിനു പദ്ധതികൾ തയ്യാറാക്കുകയും ചെയ്തനഗരം.

നാൽപത്തി മൂന്ന്

പശ്ചാത്തലത്തിൽ കിം സംഗിന്റെ വാക്കുകൾ വീണ്ടും...

പ്യോംഗ്യംഗ് ജനാധിപത്യതലസ്ഥാനമാണ്... കൊറിയയുടെ രാഷ്ട്രീയ സാമ്പത്തിക സിരാ കേന്ദ്രം. ഇവിടെയാണ് നമ്മുടെ പാർട്ടിയുടെ സെൻട്രൽ കമ്മിറ്റിയും നമ്മുടെ റിപ്പബ്ലിക്കിന്റെ ഗവണ്മെന്റും പ്രവർത്തിക്കുന്നത്. ഫലവത്തും സ്വതന്ത്രവും സ്വയംപര്യാപ്തവുമായ രാഷ്ട്രനിർമ്മാണത്തിന്റെ നയരേഖകളും രാഷ്ട്രനിർമ്മാണത്തിനായുള്ള നമ്മുടെ ജനതയുടെ പോരാട്ടത്തിന്റെ പദ്ധതികളും ഇവിടെ തയ്യാറാക്കപ്പെടുന്നു.

സമയനിഷ്ഠമായി സംവിധാനം ചെയ്യപ്പെട്ട ഒരു ചരിത്രമാണ് പ്യോംഗ്യംഗിനുള്ളത്... സമ്പുഷ്ടമായ ഒരു സംസ്കാരവും അത്യാകർഷകമായ ഒരു പ്രകൃതിയും... ബൗദ്ധികമായി സംവിധാനം ചെയ്യപ്പെട്ട ഈ നഗരത്തിന് കുന്നുകളും നദികളും അടങ്ങിയ പാരിസ്ഥിതിക പശ്ചാത്തലവും തനതായ സംഭാവന നല്കിയിരിക്കുന്നു.

(* Pyongyang is the Democratic Capital. The Political, Economic & Cultural centre of our country. In Pyongyong are the central committee of the party and the Govt. of our republic and it is here that all policies and lines for building a prosperous Independent and Sovereign State are worked out and our peoples struggle for nation building is organized and led. Pyongyang is a city with a time honored history, a brilliant culture and a very beautiful scenery. The city is exquisitely laid out and the natural features of our hills and rivers have been used to advantage.)

നാൽപത്തി നാല്

‘‘മാൾവ! നീ ശ്രദ്ധിച്ചുവോ’’? പ്രസിഡന്റിന്റെ സ്വരത്തിലെ നിശ്ചയദാർഢ്യവും ഒരു ചരിത്രഘട്ടത്തെ ഒരു - അല്ലെങ്കിൽ-കുറേ മനുഷ്യർക്കു തങ്ങളുടെ ആശയങ്ങളും കണക്കുകൂട്ടലുകളും പദ്ധതികളുംകൊണ്ട് രൂപപ്പെടുത്തിയെടുക്കാ വുന്നതും മുമ്പോട്ടുകൊണ്ടു പോകാവുന്നതും പരിണമിപ്പിക്കാവുന്നതുമാണ് എന്ന വിശ്വാസ ദാർഢ്യത്തിന്റെ കരുത്തും? ചരിത്രമെന്നത് കാലം സ്ഥലം, മനുഷ്യബോധത്തിന്റെ തനതു നിലവാരം എന്നിവയ്ക്കൊപ്പം അവ്യാഖ്യേയമായ മറ്റൊരു (അഥവാ ചില? അതു ഏകമാണ് എന്നതിൽ സംശയമേയുണ്ടായിരുന്നില്ല, ഗു

ജ്റിഫിന്! കാല സ്ഥലങ്ങൾ അതിന്റെ തന്നെ ഭാവനകൾ ആണെന്ന തിലും) നിയാമകശക്തിയുടേയും പരസ്പരം ഇടപെടൽകൊണ്ട് - പ്രതിപ്രവർത്ത നംകൊണ്ട് രൂപപ്പെടുന്നതും നീതമാവുന്നതുമല്ല, മറിച്ച്പ്രജ്ഞാശാലിയായ ഒരു-അല്ലെങ്കിൽ കുറേമനുഷ്യർ തങ്ങളുടെ ബോധനിലവാരം, പഠനം, പ്രത്യഭിജ്ഞാനം എന്നിവകൊണ്ട് രൂപപ്പെടുത്തിയെടുക്കുന്നതും മുൻപോട്ടു തൊടുത്തുകൊണ്ടു പോവുന്നതുമാണ് എന്ന നിർമ്മാണ ബുദ്ധിയുടെ കരുത്ത്?

''അതേ! ഗുജ്റിഫ്! അതെ''! അത് അംഗീകരിക്കുമ്പോൾ മാൾവയുടെ മനസ്സിൽ മനുഷ്യയത്നത്താൽ വിരചിതമാവുകയും പുഷ്കലമാവുകയ്യും ചെയ്ത ഒട്ടേറെ രാഷ്ട്രീയ സിദ്ധാന്തങ്ങളും സാമുദായിക മുന്നേറ്റങ്ങളും സാംസ്കാരിക മധ്യാഹ്നങ്ങളും മിന്നി മറയുന്നുണ്ടായിരുന്നു. സോവിയറ്റ് പ്രഭാകാലം, പരമ്പരാഗത സോഷ്യലിസ്റ്റുകൾ പ്രതിവിപ്ലവങ്ങൾ എന്നു വിശേഷിപ്പിച്ചുവെങ്കിലും സോഷ്യലിസ്റ്റ് ഭരണ കേന്ദ്രീകരണത്തേയും ജനാഭിലാഷത്തേയും സമന്വയിപ്പിക്കൻ ശ്രമിച്ച ചെക്കസ്ലോവാക്യയിലേയും ഹംഗറിയിലേയും വസന്തങ്ങൾ, ബോംബുവർഷത്തിന്റെ ചാരഭൂമികളിൽനിന്ന് വ്യവസായ സമൃദ്ധിയുടേയും രാഷ്ട്രനിർമ്മാണ ജാഗ്രതയുടേയും ഉയിർത്തെഴുന്നേല്പു നടത്തിയ ജപ്പാന്റേയും വിയറ്റ്നാമിന്റേയും ഉദാഹരണങ്ങൾ... ചൈനീസ് വിപ്ളവം... കേരളത്തിലെ സാക്ഷരതാ മുന്നേറ്റം... എങ്കിലും തുടർന്നെന്തെങ്കിലും പറയാൻ മാൾവക്ക് കഴിഞ്ഞില്ല... അവൾ വല്ലാത്തൊരു നിശബ്ദതയിലേക് വീണു പോവുകയാ യിരുന്നു... കർശനമായ ഒരച്ചടക്കത്തിന് അധീനയാവുകയായിരുന്നു... കർക്കശമായ ചില ചോദ്യങ്ങൾക്ക് വിധേയമായിപ്പോവുകയായിരുന്നു... അവൾ ഒറ്റയൊറ്റയായി... പലം പലമായി വാക്ക് വാക്കായി ചില ചോദ്യങ്ങൾക്ക് ഉത്തരം പറയാൻ വിധിക്കപ്പടുക യായിരുന്നു...

നീണ്ടൊരു നിശബ്ദതയിൽ...
ഇന്ദ്രിയങ്ങൾ അടയ്ക്കപ്പെട്ടതും ഉള്ളിലേക്കുമാത്രം മിഴിനട്ട്...
സംസാരിക്കാൻ വിധിക്കപ്പെട്ടതുമായ ഒരു മൗനത്തിൽ,
ഉള്ളും ചേതസ്സും അന്തരാത്മാവും സമന്വയിച്ചു സാക്ഷിയായ
ഒരു പ്രകാശപൂരത്തിൽ...
മാൾവാ!

ചരിത്രത്തേയും മനുഷ്യവംശപരിണാമങ്ങളേയും കുറിച്ചു സംസാരിക്കാനും വിധികൾ നടത്താനും നീയാരാണ്?...

പ്രപഞ്ചത്തിന്റെ ഒരു കോണിൽ മാത്രം നിലയുറപ്പിച്ചിരിക്കുന്ന...
കാലത്തിന്റെ ഒരു കണിക മാത്രം ആയുസ്സുള്ള
നിനക്ക് സമഗ്രമായി...
സർവ്വതലസ്പർശിയായി...
സമ്പൂർണ്ണമായി...
പ്രാപഞ്ചികന്യായങ്ങൾ മനനംചെയ്യാനും വിധികൾ നടത്താനു

മുള്ള അധികാരമെന്താണ്?...
അഭൗമവും അഗാധവുമായ നിശബ്ദത...
നിശബ്ദതയുടെ കടൽ...
നിശബ്ദതയുടെ പാരാവാരങ്ങൾ...
നിശബ്ദതയുടെ സമുദ്രങ്ങൾ...
നിശബ്ദതയിൽത്തന്നെ...
ഇല്ല പ്രഭോ!... ഞാനാളല്ല...
ഞാനാര്?... ഞാനാര്?...
നീ കാട്ടുന്നകാഴ്ചകളോളം മാത്രം കാഴ്ചകൾ...
നീ കേൾപ്പിക്കുന്ന നാദങ്ങളോളം മാത്രം നാദങ്ങൾ...
നീ അരുളുന്നസ്പർശങ്ങളോളം മാത്രം സ്പർശങ്ങൾ...
ഞാനാര്?... ഞാനാര്?... ഞാനാര്?...
നിന്റെ വിശ്വസ്തയും... വിശ്വസ്തയും...
വിനമ്രയും... വിനമ്രയും...
വിനീതയും... വിനീതയുമായ...
ദാസിയല്ലാതെ...
ദാസിമാത്രമല്ലാതെ...
ദാസിമാത്രമല്ലാതെ...
ദാസിമാത്രമല്ലാതെ...

നാൽപ്പത്തഞ്ച്

“പക്ഷേ മനുഷ്യൻ അഹങ്കരിക്കുന്നു... മാൾവാ”!...
അഹങ്കരിക്കുന്നു...
ഞാൻ തെളിച്ചവെളിച്ചത്തിൽ...
ഞാൻ നല്കിയ അറിവുകൾകൊണ്ടു മാത്രം അറിഞ്ഞ്...
ഞാൻ പഠിപ്പിച്ച വാക്കുകൾ മാത്രം ഉരുവിടുമ്പോഴും അവൻ എന്നെ തമസ്കരിക്കുന്നു...
ഞാൻ ഇല്ലെന്നു ധരിക്കുന്നു...
എന്നെ കണ്ടില്ലെന്നു നടിക്കുന്നു...
ഞാൻ ഇല്ലെന്ന് ഭാവിക്കുന്നു...
ഞാൻ നല്കിയ ജീവൻ...
ഞാൻ നല്കിയ ആയുസ്സ്...
ഞാൻ നല്കിയ ഭോജ്യങ്ങൾ
മാൾവാ!...
മാൾവാ!...
മാൾവാ!...
ഞാൻ നല്കിയ ജീവൻ...

ഞാൻ നല്കിയ ജീവൻ...
ഞാൻ നല്കിയ ജീവൻ...
ഞാൻ തന്നെ...
ഞാൻ തന്നെ...
ഞാൻ തന്നെ...
തിരിച്ചെടുക്കുന്നതും...
തിരിച്ചെടുക്കുന്നതും...
തിരിച്ചെടുക്കുന്നതും...

നാൽപത്താറ്

പ്രഭോ... മഹാപ്രഭോ...
ഏകനും അഖണ്ഡനും അനാദ്യന്തനുമായ മഹാപ്രഭോ!...
മാൾവാ...
മാൾവാ!...
മാൾവാ!...
എന്റെ പ്രിയപ്പെട്ടവളേ...
വിശ്വസ്തയും, വിനമ്രയും, വിനീതയുമായ എന്റെ ദാസീ...
നിന്നിൽ ഞാൻ സംപ്രീതനാണ്!...
നിനക്കു കളങ്കമില്ലാത്തതിനാൽ...
നീ അഹങ്കാരിക്കാത്തതിനാൽ...
നീ സ്നേഹിക്കുന്നതിനാൽ...
നീ വിശ്വസിക്കുന്നതിനാൽ...
വേദനിക്കുന്നവരുടെ വേദനിയിൽ നീ പങ്കുചേരുന്നതിനാൽ...
മാൾവാ... മാൾവാ... മാൾവാ...
നീ എനിക്ക് എത്രയും... പ്രിയപ്പെട്ടവളാണ്...
എത്രയും... പ്രിയപ്പെട്ടവളാണ്...
എത്രയും... എത്രയും...
എത്രയുംപ്രിയപ്പെട്ടവളാണ്...

നാൽപത്തേഴ്

കേൾക്ക് മാൾവാ!...
മനുഷ്യനു പൂർണ്ണതയിലേക്കു സഞ്ചരിക്കാനാവും...
പക്ഷേപൂർണ്ണനാവാൻ കഴിയില്ല...

പ്രകാശത്തിന്റെ അരികുകൾ ഊഹിക്കാനാവും... പക്ഷേ പ്രകാശത്തിൽ സ്ഥിരനാവാൻ കഴിയില്ല...

നിമിഷത്തിന്റെ അനന്തകോടിമാത്രകളിലൊന്നിൽ ഞാൻ സൃഷ്ടി

ക്കുന്ന ആഹ്ലാദത്തിൽ ആമഗ്നനാവാൻ കഴിയും...

പക്ഷേ ശരീരത്തിന്റെ ആവരണമുള്ളതിനാൽ ആഹ്ലാദത്തിൽ സ്ഥിരനാവാൻ കഴിയില്ല...

എന്റെ തേജസ്സിന്റെ ഒരു കണിക ഊഹിക്കാനാവും...

പക്ഷേ നിത്യനാവാൻ കഴിയില്ല...

എന്നിലേക്കു സഞ്ചരിക്കാനാവും...

പക്ഷേ ഞാൻ നിശ്ചയിക്കും വരെ എന്നിൽ പ്രവേശിക്കാനാവില്ല...

മനുഷ്യനു ചരിത്രം സൃഷ്ടിക്കാനോ അതിന്റെ ഗതിയിൽ മാറ്റങ്ങൾ വരുത്താനോ കഴിയില്ല മാൾവാ...

അവന്റെ ചലനങ്ങളും അവന്റെ പദ്ധതികളും അവനു സഹായമായി ലഭിക്കുന്ന ജനസമൂഹങ്ങളുംപോലും അവനാൽ നിർണ്ണീതമല്ലായിരിക്കേ അവന് അതെങ്ങിനെയാണു കഴിയുക?...

ചരിത്രം സൃഷ്ടിച്ചതെന്നോ അതിന്റെ ഗതിയിൽ സ്ഫോടനങ്ങൾ നടത്തിയ തെന്നോ നീ കരുതുന്ന ഓരോ മനുഷ്യരുടേയും മുഖത്തേക്ക് ഒരിക്കൽ കൂടി... ഒരു മാത്ര കൂടി... ഒരു നിമിഷം കൂടി... നീ ഒന്നു സൂക്ഷിച്ചുനോക്ക്!...

ഒരിക്കൽകൂടി...

ഒരു മാത്ര കൂടി...

ഒരു നിമിഷം കൂടി...

അവരുടെ കണ്ണുകളിൽ ജ്വലിക്കുന്ന പ്രകാശം...

മുഖത്തു സ്ഫുരിക്കുന്ന നിശ്ചയദാർഢ്യം...

അവരുടെ ശരീരത്തിൽ... ശരീരത്തിൽ...
നിറഞ്ഞു നില്ക്കുന്ന പ്രകമ്പന വേഗം...
മാൾവാ!... മാൾവാ!... മാൾവാ!...
അതിനെല്ലാം ഉത്തരവാദി അവരാണെന്നോ?...
അവർസ്വയം നിശ്ചയിച്ച്... സ്വരൂപപ്പെടുത്തിയെടുത്തതാണ് ആ കാലാവസ്ഥയും പദ്ധതികളുമെന്നോ?...
അവർസ്വയം സമാഹരിച്ച്... ആവാഹിച്ച്... ആകർഷിച്ചു വരുത്തിയതാണ് അവരുടെ പിന്നിൽ തടിച്ചുകൂടിയ ജനസമൂഹങ്ങളും മനസ്സുകളുമെന്നോ?...
മാൾവാ!... മാൾവാ!... മാൾവാ!...
നന്ദികേടുകൊണ്ടു നിറയുകയാണോ നിന്റെ മനസ്സ്?...
കൃതഘ്നതയുടെ വിഷവും...
അവജ്ഞയുടെ ലാലാജലവുംകൊണ്ടു പൂരിതമാവുകയാണോ നിന്റെ മുഖം?...
സ്നേഹരാഹിത്യത്തിന്റെ കാഠിന്യവും ഓർമ്മക്കേടിന്റെ വൈവശ്യവുംകൊണ്ടു തപിക്കുകയാണോ നിന്റെ ചേതസ്സ്?...
മാൾവാ!... മാൾവാ!... മാൾവാ!...
എന്റെ പ്രിയപ്പെട്ടവളേ...
എന്റെ പ്രിയപ്പെട്ടവളേ...
എന്റെ പ്രിയപ്പെട്ടവളേ...

നാൽപ്പത്തെട്ട്

സാരമില്ല, മാൾവാ! സാരമില്ല...
നിന്നെ വിഷമിപ്പിക്കാൻ പറഞ്ഞതല്ല ഞാൻ...
നീ കളങ്കിതയല്ലല്ലോ!...
നന്ദികേടിന്റെ തിന്മയും ഓർമ്മക്കുറവിന്റെ വൈവശ്യവും നിന്നിലില്ല...
എങ്കിലും മനുഷ്യ വംശ കഥയിലുടനീളം ഇവയുണ്ട് മാൾവാ...
പാവങ്ങൾക്കുനേരേയുള്ള പീഡനങ്ങൾ...
നിസ്വജനതകൾക്കു മേലുള്ള അതിക്രമങ്ങൾ...
നിരാലംബരുടെ നേരേയുള്ള അധിക്ഷേപങ്ങൾ...
എല്ലാ വംശങ്ങളിലും...
എല്ലാവർഗ്ഗങ്ങളിലും...
എല്ലാ പ്രസ്ഥാനങ്ങളിലും...
ഇന്ത്യയിൽ...
ഇന്തോനേഷ്യയിൽ...
ലോകത്തെല്ലായിടത്തും...
മുൻപ്... ഇന്ന്... എല്ലാകാലങ്ങളിലും...

നാൽപ്പത്തൊമ്പത്

മനുഷ്യനു ഞാൻ സ്വാതന്ത്ര്യം നല്കിയിരിക്കുന്നു മാൾവാ!...
മുന്നിലേക്കു നടന്ന് എന്നിലെത്തുന്നതിനും...
പിന്തിരിഞ്ഞു നടന്ന് അവനിൽ (ഞാൻ സൃഷ്ടിച്ചവനിൽ)...
എത്തുന്നതിനും...
തിരഞ്ഞെടുക്കാനുള്ള സ്വാതന്ത്ര്യം മനുഷ്യനുള്ളതാണു മാൾവാ...
മനുഷ്യനു മാത്രം...

അമ്പത്

കേൾക്ക് മാൾവാ!...
ത്യാഗത്തിന്റെ...
സ്നേഹത്തിന്റെ...
കാരുണ്യത്തിന്റെ സ്വരൂപമാണു ഞാൻ...
ആർത്തിയുടെ...
ക്രോധത്തിന്റെ...
ക്രൗര്യത്തിന്റെ...
സ്വരൂമാണവൻ...
മനുഷ്യനു തിരഞ്ഞെടുക്കാം...
ആരെ വേണമെങ്കിലും...

അമ്പത്തൊന്ന്

''മാൾവാ''!...
ശാസ്ത്രവും ചരിത്രബോധവുമെല്ലാമെന്താണ്?...
മനുഷ്യന്റെ ജീവിതം കൂടുതൽ സുഗമമാവാൻ വേണ്ടി...
ലളിതവും ആഹ്ലാദപൂർണ്ണവുമാവാൻ വേണ്ടി...
അന്വേഷിക്കുകയും... വേദനിക്കുകയും...
തപസ്സനുഷ്ഠിക്കുകയും ചെയ്തവന്
ഞാൻ നല്കിയ വരങ്ങൾ! ...
അന്വേഷിക്കുകയും വേദനിക്കുകയും ചെയ്തവന്!!!...
അല്ലാതെ ഉറങ്ങുകയും ഭുജിക്കുകയും മാത്രം ചെയ്യുന്നവനല്ല!...
വേദനിക്കുകയും തപസ്സനുഷ്ഠിക്കുകയും ചെയ്തവനറിയാം
അവ ഞാൻ നല്കിയ വരങ്ങളാണെന്ന്,
തിരിച്ചറിവുകളാണെന്ന്...
അവർ സംശയിക്കില്ല!

ഉറങ്ങുകയും ഭുജിക്കുകയും മാത്രം ചെയ്യുന്നവരാണ് മാൾവാ സംശയിക്കുന്നത്...

ചോദ്യം ചെയ്യുന്നത്...
നിഷേധിക്കുന്നത്!
നീ ആരുടെ പക്ഷത്താണ് മാൾവാ!...
അന്വേഷിക്കുന്നവരുടേയോ അതോ ഉറങ്ങുന്നവരുടേയോ?...
ഉല്പാദകരുടേയോ അതോ ഉപഭോക്തക്കളുടേയോ?...
കർഷരുടേയോ അതോ തീറ്റപ്പണ്ടാരങ്ങളുടേയോ?...
പറയൂ മാൾവാ!...

അമ്പത്തി രണ്ട്

മാൾവാാാ!!!
അപൂർവ്വകളിൽ അപൂർവ്വയാണു നീ!!!
വിട്ടു വീഴ്ചയില്ലാത്തവൾ
സത്യത്തിൽ മാത്രം വിശ്വസിക്കുന്നവൾ
ശ്രുത്യാഗതമായ ശ്രേഷ്ഠവാക്കുകൾ
തന്നെ നിനക്ക് വെളിച്ചമേകട്ടെ !!!
സ്മൃതി പ്രോക്ത സത്യങ്ങൾ
തന്നെ നിന്നെ ശമിപ്പിക്കട്ടെ !!!

അമ്പത്തി മൂന്ന്

ദുർല്ലഭോ വിഷയത്യാഗോ
ദുർലഭം തത്ത്വദർശനം
ദുർല്ലഭോ സഹജാവസ്ഥാ
സദ്ഗുരോ: കരുണാം വിനാ
ഉല്പന്ന ശക്തി ബോധസ്യ
ത്യക്ത: നിശേഷ കർമ്മണ:
യോഗിന: സഹജാവസ്ഥാ
സ്വയമേവോപ ജായതേ.

(വിഷയത്യാഗം ദുർലഭം. തത്ത്വദർശനവും. സദ്ഗുരുവിന്റെ കരുണ കൂടാതെ സഹജാവസ്ഥപോലും ദുർലഭം. എങ്കിലും ബോധത്തെ പ്രദാനം ചെയ്യുന്ന ശക്തിയെ ഉണർത്തി സർവ്വ കർമ്മങ്ങളും പരിത്യജിച്ച യോഗിക്ക് സഹജാവസ്ഥ സ്വയം തന്നെ കൈവരും.

കഠോപനിഷത്തിൽ പറയുന്ന ത്രിണാചികേതാഗിനി മുതൽ ശ്വേതാശ്വത രോപനിഷത്തിലെ യോഗപര്യന്തമുള്ള ജ്ഞാനത്തിനുവരെ ആധാരം ഈശ്വരീയ ഭ്രാന്തിയാണെന്നും ചാർവ്വാക മതംമുതൽ കപിലന്റെ സാംഖ്യസിദ്ധാന്ത പര്യന്തമുള്ള ദാർശനികത്വത്തിന് ആധാരം വരെ ജീവാത്മാവിനെ പറ്റിയുള്ള ഭ്രാന്തിയാണെന്നും അതുകൊണ്ട്

മുക്തിയെ ആഗ്രഹിക്കുന്ന മനുഷ്യൻ ജീവനെപറ്റിയും ഈശ്വരത്വത്തെപ്പറ്റിയുമുള്ള വാദ വിവാദങ്ങളിൽ സ്വബുദ്ധിയെ ഭ്രമിപ്പിക്കരുതെന്നും അവൻ ദൃഢതാപൂർവ്വം ബ്രഹ്മത്വത്തെ തന്നെയാണ് മനനം ചെയ്യേണ്ടതെന്നും, ഈ ഉപനിഷത് സന്ദർഭം വ്യക്തമാക്കുന്നു...

**** **** ****

ചമയം

അമ്പത്തി നാല്

തീവണ്ടിയിൽ അഭിമുഖമായാണിരുന്നതെങ്കിലും അവർ അധികമൊന്നും സംസാരിച്ചില്ല...

കാഴ്ചയുടെ വൈവിധ്യങ്ങൾക്ക്...

മാറ്റങ്ങൾക്ക്...

വേലിയേറ്റങ്ങൾക്കു സ്വയം സമർപ്പിച്ച്...

താന്താങ്ങളുടെ ഇരിപ്പിടങ്ങളിൽ സ്വസ്ഥരായിരുന്നു...

ക്ഷീണിതരെന്നോ,

ചില ആകുലതകളിൽ സ്വയം നഷ്ടപ്പെടുന്നുവെന്നോ തിരിച്ചറിയുമ്പോൾ...

അതും അപൂർവ്വമായി മാത്രം...

അടുത്തു വന്നിരുന്ന് സാന്നിധ്യമറിയിക്കുകയും വീണ്ടും തങ്ങളുടെ ഇരിപ്പിടങ്ങളിൽപ്പോയിരുന്ന് സ്വന്തം താളങ്ങൾ വീണ്ടെടുക്കുകയും ചെയ്തു.

അമ്പത്തി അഞ്ച്

സ്റ്റേഷനുകളും സഹയാത്രികരും മാറിക്കൊണ്ടിരുന്നുവെങ്കിലും അതവർ കാര്യമാക്കിയില്ല...

സ്റ്റേഷനുകൾ ഏതായാലെന്താണ്? സഹയാത്രികർ ആരായാലെന്താണ്?...

യാത്രയുടെ സ്വാസ്ഥ്യത്തെ അതൊന്നും ബാധിക്കരുതെന്ന് ഇതിനകം അവർ തീരുമാനിച്ചിരുന്നു...

തീവണ്ടിയുടെ താളത്തോട് തുലനം ചെയ്ത്...

ഇടത്തോട്ടും വലത്തോട്ടും അല്പാല്പം ഉലഞ്ഞ്...

കണ്ണുകൾ അടച്ച്...

പ്രശാന്തവും പ്രസ്വസ്ഥവുമായി...

പ്രശാന്തവും പ്രസ്വസ്ഥവുമായിരുന്നു അവരുടെ മുഖം...

കണ്ണുകൾ അടച്ചും... കൈകൾവരിഞ്ഞും...

കുഞ്ഞയ്യപ്പൻ സദാ ധ്യാനനിരതനായി...

ഉല്പീഞ്ഞ് മിക്കവാറും പുറത്തേക്ക് കണ്ണുകൾ നട്ട് ആയാസ രഹിതയായി...

പ്രശാന്തരും പ്രസ്വസ്ഥരുമായിരുന്നു അവരെങ്കിലും ഏതു നിമിഷവും പൊട്ടി വിടരാവുന്ന ഒരു പുഞ്ചിരി അവരുടെ മുഖത്ത് സദാ മറഞ്ഞുനിന്നു...

ആവശ്യമെങ്കിൽ ഏതു നിമിഷവും...

ഏതുചുറ്റുപാടിലും...

അർഹിക്കുന്ന ആർക്കുംവേണ്ടി ഇടപെടാവുന്ന ഒരു സന്നദ്ധത...

സഹചരത്വം...

സഹത്വം...

സഹാത്മകത്വം...

അമ്പത്താറ്

ഇടയ്ക്കെപ്പോഴോ കണ്ണെടുത്തപ്പോൾ എതിർ സീറ്റിലുണ്ടായിരുന്ന ദാവണിയും പാവാടയും അണിഞ്ഞ ഒരു പെൺകുട്ടി (ആന്ധ്രാക്കാരിയോ തമിഴ് നാട്ടുകാരിയോ ആയിരിക്കണം അവൾ) എതിരേയുള്ള പാന്റ്സും ജൂബ്ബയും ധരിച്ച താടിക്കാരൻ ചെറുപ്പക്കാരനെ കൗതുകപൂർവ്വം നോക്കുന്നതയാൾ ശ്രദ്ധിച്ചു... അവരുടെ കണ്ണുകളിടഞ്ഞപ്പോൾ അവൾപെട്ടെന്നു കണ്ണു പിൻവലിച്ചു... ചെറുപ്പക്കാരന്റെ മുഖത്ത് ഒരു മന്ദഹാസം മിന്നിമറഞ്ഞു...

ഉല്പീഞ്ഞ്... ജീവിതത്തെ സംബന്ധിച്ച് ഉല്പീഞ്ഞിനു തോന്നിയിട്ടുള്ള ഏറ്റവും കൗതുകകരമായ വസ്തുതയെന്താണ് ഉല്പീഞ്ഞ്?... കുഞ്ഞയ്യപ്പൻ ഒരു നീണ്ട നിശ്ശബ്ദത ലംഘിച്ചു...

ബോധിസത്വൻ അക്കാര്യം നേരത്തേ വെളിപ്പെടുത്തിയിരിക്കുന്നു കുഞ്ഞയ്യപ്പാ!

അതേ! അതേ ചുറ്റുപാടുകളിൽ...

അതേ സ്ഥലകാലങ്ങളിൽ...

അതേ വ്യക്തിയോഗങ്ങളിൽ...

അതേ കാലാവസ്ഥകളിൽ... ജീവിതത്തിലെ ഒരു നിമിഷവും പിന്നീട് ആവർത്തിക്കുന്നില്ലെന്ന്... മൂക്കും കവിൾത്തടങ്ങളും നിറഞ്ഞു വികസിച്ച ഒരു പുഞ്ചിരിയിൽ ഉബ്ബീഞ് മറുപടിനല്കി...

തുടർന്ന് എന്തെങ്കിലും സംസാരിക്കേണ്ടതുണ്ടോ എന്ന് അല്പം ആലോചിച്ച് കുഞ്ഞയ്യപ്പൻ വേണ്ടെന്നുവച്ചു...

പുറത്തു മിന്നി മറയുന്ന എണ്ണപ്പനകളുടേയും മുൾക്കാടുകളുടേയും പാഴ്മണലിന്റേയും ദൃശ്യങ്ങളിലേക്ക് ഉബ്ബീഞ്ഞും പിൻവലിഞ്ഞു.

അമ്പത്തേഴ്

എണ്ണപ്പനകൾ...

മുൾക്കാടുൾ...

മണൽപ്പറമ്പുകൾ...

നെല്ലിന്റേയും ഗോതമ്പിന്റേയും തിനയുടേയും വയലുകൾ...

കടുകുപാടങ്ങൾ...

റാഗി, മുളക്, ഞവര വിസ്തൃതികൾ...

രാത്രികൾ... പകലുകൾ... പ്രകാലങ്ങൾ...

കൺമുൻപിൽവന്ന് മിന്നിമറയുന്ന പ്രാണിവിസ്മയങ്ങൾ...

തീവണ്ടിയുടെ അനന്തതാളം...

താളമാറ്റങ്ങൾ...

കയറ്റിറക്കങ്ങൾ..

വളവുകൾ...

തിരിവുകൾ...

തെളിയാക്കുരുക്കുകൾ...

''ഉബ്ബീഞ്! നീ ഒരു പാടുസഞ്ചരിച്ചു''!...

അതേ കുഞ്ഞയ്യപ്പാ!! ഒരുപാടു സഞ്ചരിച്ചു...

ചരിത്രത്തിലൂടെ... കാലത്തിലൂടെ...

ദേശാന്തരങ്ങളിലൂടെ...

സ്നേഹത്തിന്റെ... പകയുടെ...

പകൽച്ചതികളുടെ ഉത്സവപ്പറമ്പുകളിലൂടെ...

നിനക്ക് വേദനിക്കുന്നുവോ ഉബ്ബീഞ്?

മുൻപ് വേദനിച്ചിരുന്നു കുഞ്ഞയ്യപ്പാ!...

ഇപ്പോളില്ല... ഇപ്പോൾ പ്രപഞ്ചത്തിന്റെ വിസ്മയക്കാഴ്ചകളിൽ മാത്രമാണെന്റെ കണ്ണുടക്കുന്നത്...

പ്രപഞ്ചത്തിന്റെ അനന്തവിസ്മയങ്ങളിൽ...

ശ്രദ്ധിച്ചാൽ...

ആകാംക്ഷയോടെ ശ്രദ്ധിച്ചാൽ മാത്രം നിവർന്നുതുടങ്ങുന്ന നവം നവങ്ങളായ ഭൂപടങ്ങളിൽ...

പ്രപഞ്ചഗർത്തങ്ങളിൽ...
മഹാമേരുക്കളിൽ...
ക്വാസറുകളിൽ...
ഉൽക്കകളിൽ...
ഉൽക്കകളിൽ...
കുഞ്ഞയ്യപ്പാ...
കുഞ്ഞയ്യപ്പാ...
സ്നേഹപൂർവ്വം...
സ്നേഹപൂർവ്വം...
മേൽമുണ്ടു വകഞ്ഞ്...
മേൽമുണ്ടു വകഞ്ഞ്...
അകംമൂടി ഉയർത്തി...
അകംമൂടി ഉയർത്തി...
കൈകളാൽ തലോടി...
കൈകളാൽ തലോടി...
സ്നേഹമൊട്ടുകളെ...
സ്നേഹമൊട്ടുകളെ...
ഇളംതണ്ടിന്റെ വായിലേക്കു കടത്തി വയ്ക്കുന്ന...
ഇളംതണ്ടിന്റെ വായിലേക്കു കടത്തി വയ്ക്കുന്ന...
മാതൃസ്നേഹത്തിന്റെ ആനന്താകാരങ്ങളിൽ...
മാതൃസ്നേഹത്തിന്റെ അനന്താകാരങ്ങളിൽ...
മാതൃസ്നേഹത്തിന്റെ

അമ്പത്തെട്ട്

ഒരുപാടു സഞ്ചരിച്ചുവെങ്കിലും ഇപ്പോൾ സഞ്ചരിക്കാനേ തോന്നു ന്നില്ല കുഞ്ഞയ്യപ്പാ...

വെറുതേ ഇരിക്കാൻ മാത്രംതോന്നുന്നു...
വെറുതേ ഇരിക്കാൻ മാത്രം...
വെറുതേ... വെറുതേ...
വെറും വെറുതേ ഇരിക്കാൻ...
ആൽമരച്ചുവടുകളിൽ...
അരശിന്റെ...
പൂവരശിന്റെ...
പ്ലാശിന്റെ തണലുകളിൽ...
ആവോളം തണലിൽ...

ആവോളം തണലിൽ...
ആവോളം കുളിരിൽ...
ആവോളം കുളിരിൽ...
ആവോളം കുളുർത്ത്...
ആവോളം കുളുർത്ത്...
കുഞ്ഞയ്യപ്പാ...
കുഞ്ഞയ്യപ്പാ...
കുളുർത്ത്...
കുളുർത്ത്...
കുളുർത്ത്...
മനസ്സു നിറഞ്ഞ്...
മനസ്സു നിറഞ്ഞ്...
മനസ്സു...

അമ്പത്തൊമ്പത്

ഒരിക്കൽ ഞാനൊരു യാത്രയിലായിരിക്കുമ്പോൾ മുന്നിൽ നടന്നിരുന്ന മുഷിഞ്ഞ വേഷം ധരിച്ച ഒരു സ്ത്രീ അവളുടെ ഒക്കത്തുണ്ടായിരുന്ന കുഞ്ഞിനെ ഉയർത്തി അവന്റെ ലിംഗം നാവുകൊണ്ടു ചപ്പുന്നതു ഞാൻ കണ്ടു... പുറകേ നടക്കുന്നുണ്ടായിരുന്ന അവളുടെ കണവൻ കാലുയർത്തി അവളുടെ നിതംബത്തിൽ ചവിട്ടി... (കുടിച്ചിട്ടുണ്ടായിരക്കണം അവർ)

അൽപമൊന്നാഞ്ഞെങ്കിലും പിന്നീടു ചിരിച്ചുകൊണ്ട് ഇരുവരും മുൻപോട്ടു നടന്നു... അന്നു ഞാനൊരുപാടു ചിരിച്ചുകുഞ്ഞയ്യപ്പാ... ഒരു പാട്... ഒരു പാട്... ചിരിച്ചു ചിരിച്ചെന്റെ കണ്ണു കടഞ്ഞു...

കണ്ണു കടഞ്ഞു...
കണ്ണു...

അറുപത്

മറ്റൊരിക്കൽ ഞാനൊരു മഠത്തിലെ ഊട്ടുപുരയിലിരിക്കുമ്പോൾ പ്രതാപികളായ വണിക്കുകളും സർവ്വാഭരണ വിഭൂഷിതകളായ കുലാംഗനമാരും നിറഞ്ഞിരിക്കുന്ന വേദിയിലേക്ക് അറിയാതെ കടന്നു വന്ന ജീർണ്ണ വസ്ത്രധാരിയായ ഒരു യുവാവിനെ മഠാധിപതി നേരിട്ടുവന്ന് ചവിട്ടി.പ്പുറത്താക്കുന്നതു ഞാൻ കണ്ടു...

കമിഴ്ന്നടിച്ച് അയാൾ നിലത്തു വീണു...
നെറ്റിപിളർന്ന് ചോര തെറിച്ചു.
അന്ന് അവിടെനിന്നിറങ്ങി ഓടിയ എനിക്ക്

ഇന്നും ആ ദൃശ്യം മറക്കാൻ കഴിയുന്നില്ല കുഞ്ഞയ്യപ്പാ... ഇന്നും...
ഇന്നും...
ഇപ്പോഴും...
ഇപ്പോഴും...
ഇപ്പോഴും...

അറുപത്തൊന്ന്

സോഫ്ട് വെയ്ർ
കുഞ്ഞയ്യപ്പാ... നീ പ്രണയിച്ചിട്ടുണ്ടോ... കുഞ്ഞയ്യപ്പാ?...
പ്രണയിച്ചിട്ടുണ്ടോ?...
പ്രണയിച്ചിട്ടുണ്ടോ?...
ഒരിക്കലും...
ഒരിക്കലും...
ഒന്നും ഉരിയാടിയിരുന്നില്ലല്ലോ, അവൾ...
ഒരിക്കലും...
ഒന്നും...
എപ്പോഴും നിലത്തു മിഴിയൂന്നിയിരുന്നു...
എപ്പോഴും...

ഉത്തരക്കടലാസുകളിൽ എല്ലാം വൃത്തിയായി എഴുതിയിരുന്നു വെങ്കിലും...

നേരിട്ടുചോദിക്കുമ്പോൾ ഒരു ചോദ്യത്തിനും മറുപടി പറഞ്ഞില്ല...
ഒരിക്കലും... ഒന്നും...

കരുണ എഴുതിയത് ആരെന്ന ചോദ്യത്തിനും നിലത്തു നോക്കി മന്ദഹസിക്കുക മാത്രം ചെയ്തു. ഒരു വാക്കുപോലും നേരിട്ടു പറഞ്ഞില്ല... ഒരിക്കലും... ഒരുവാക്കുപോലും...

കുട്ടികൾ ടിങ്കു എന്ന കുസൃതിപ്പേരിൽ തന്നെ വിളിച്ചപ്പോൾ നിലത്തു നോക്കി അടക്കിച്ചിരിക്കുന്നതു കണ്ടു...

എങ്കിലും കാൺകേ എപ്പോഴും
പുറത്തേക്കോ നിലത്തേക്കോ നോക്കിയിരിക്കാൻ ശ്രമിച്ചു...
തന്റെ കണ്ണുകൾ എത്തുന്നില്ലെന്ന്
ഉറപ്പുതോന്നുമ്പോൾ മാത്രം
കൗതുക പൂർവം ശ്രദ്ധിച്ചു...
അല്ലാത്തപ്പോഴെല്ലാം
കണ്ണിലെ തിരച്ചാർത്തുകൾ ഉള്ളിലടക്കി...
ശാന്തവും നിഷ്കളങ്കവുമായ മുഖത്തോടെ!!!...
ശാന്തവും നിഷ്കളങ്കവുമായ മുഖത്തോടെ...

എങ്കിലും മണി മുട്ടുമ്പോൾ എല്ലാവരും ഇറങ്ങിക്കഴിഞ്ഞാണ് ഇറ

ങ്ങിയത്... അപ്പോഴും ഒന്നിനുമല്ലെന്നു ഭാവിച്ചു...

തിരക്കൊഴിയട്ടെ എന്ന് കാത്തു നില്ക്കുന്നതാണെന്ന്...

തിരക്കൊഴിയട്ടെ എന്നു കാത്തു നില്ക്കുന്നതാണെന്ന്...

(അഥവാ അങ്ങനെ തന്നെയായിരുന്നിരിക്കണം)

ഒരിക്കലും ഒന്നും ഉരിയാടിയില്ല...

ഒരിക്കലും... ഒന്നും...

ചെറിയ കാര്യങ്ങൾക്ക് ഓഫീസിൽ വരുന്ന കുട്ടികൾക്ക് കൂട്ടുവന്നു... പുറത്തുപോയി പേനവാങ്ങിവരാൻ അനുവാദത്തിന്...

അല്പംനേരത്തേ പോകാൻ...

ഫീസടയ്കാൻ വരുന്ന കുട്ടികളോടൊപ്പം...

ഒന്നും മിണ്ടിയില്ല... ഒരിക്കലും...

പോകുമ്പോൾ മാത്രം മുഖമുയർത്തി നോക്കി...

കുന്നിൻ മുകളിലെ അമ്പലത്തിൽ ഉത്സവത്തിനുവന്നപ്പോൾ അമ്മമ്മയെ സംസാരിക്കാൻ വിട്ട് ദൂരെമാറിനിന്നു...

പോകുമ്പോൾ കണ്ണുകൾകൊണ്ടു യാത്ര ചോദിച്ചു...

ഓട്ടോഗ്രാഫ് എഴുതിക്കാൻ വന്ന കുട്ടികൾക്കെല്ലാം കൂട്ടുവന്നു...

അവൾക്ക് ഓട്ടോഗ്രാഫുണ്ടായില്ല... എഴുതിച്ചുമില്ല...

സ്കൂൾ ഫൈനൽ കഴിഞ്ഞതിൽപിന്നെ കാണുന്നതപൂർവ്വമായി...

ഇടയ്കെപ്പോഴെങ്കിലും ബസ് സ്റ്റാൻഡുകളിൽ കാണുമ്പോൾ രണ്ടോ മൂന്നോ ബസുകളെപോകാൻ അനുവദിച്ചു... അപ്പോഴും മുഖ മുയർത്തിനോക്കിയില്ല... (താനും)

പിന്നീട് സെന്ററിൽ അനുജനെച്ചേർക്കാൻ വന്നപ്പോൾ കണ്ണുനീർ വീണ് അപേക്ഷാ ഫോറം നനഞ്ഞു...

കണ്ണീർ വരകൾമായ്കാതെ തന്നെ യാത്ര പറഞ്ഞു...

ബിരുദവും ബിരുദാനന്തര ബിരുദവും കഴിഞ്ഞുവെന്നറിഞ്ഞു...

ലജിതാ...

ലജിതാ...

ലജിതാ...

നീ ഇപ്പോൾ എവിടെയാണ്?... എവിടെയാണ്?...

ആരുടെ ഭാര്യയാണ്?... ആരുടെ ഭാര്യയാണ്?...

എത്ര കുഞ്ഞുങ്ങളുടെ അമ്മയാണ്?...

എത്ര കുഞ്ഞുങ്ങളുടെ അമ്മയാണ്?...

ഓർക്കാറുണ്ടോ അപൂർവ്വമായെങ്കിലും?...

അപൂർവ്വമായെങ്കിലും?...

അപൂർവ്വമായെങ്കിലും?...

(ഓർക്കാറുണ്ടായിരിക്കണം)...

അല്ലെങ്കിൽ ഒരിക്കലും ഒന്നും ഉരിയാടിയിട്ടില്ലാത്ത ഒരാളുടെ മുൻപിലിരിക്കുമ്പോൾ കണ്ണീരണിഞ്ഞു പോയതെന്തിനാണ്?...

കണ്ണീർ വരകൾ മായ്ക്കാതെതന്നെ യാത്ര പറഞ്ഞതെന്തിനാണ്?...

അപൂർവ്വമായി മാത്രം ബസുകളുള്ള റൂട്ടിലെ രണ്ടാ മൂണോ ബസ്സുകളെ പോകാനനുവദിക്കുകയും പിന്നെ കരയാറായ മുഖത്തോടെ അവസാന ബസ്സുകൾ പിടിക്കുകയും ചെയ്തതെന്തിനാണ്?...

അവസാനം... അവസാനം...

ഒരു ബന്ധു വീട്ടിൽ വച്ചുകാണുമ്പോൾ പെട്ടെന്നു പൊട്ടിക്കരഞ്ഞു പോവുകയും അനുജനേയും വലിച്ചുകൊണ്ട് ആൾകൂട്ടത്തിലേക്കു മറഞ്ഞു കളയുകയും ചെയ്തതെന്തിനാണ്?

എന്തിനാണ്?...

എന്തിനാണ്?...

പ്രണയിച്ചിട്ടുണ്ടോ?...

പ്രണയിച്ചിട്ടുണ്ടോ?...

പ്രണയിച്ചിട്ടുണ്ടോ?...

ഇത്രയും ചെറിയൊരു കഥയ്ക് പ്രണയമെന്ന പേരു ചേരുമോ?...

പ്രണയമെന്ന പേരു ചേരുമോ?...

പ്രണയമെന്ന പേര്...

അറുപത്തി രണ്ട്

തുരങ്കങ്ങൾ...

പർവ്വത പംക്തികൾ...

കടൽപ്പാലങ്ങൾ...

പുറത്തേക്കു നോക്കിയില്ല...

കാറ്റിനാൽ...

മണങ്ങളാൽ...

ആരവങ്ങളാൽ സ്ഥലകാലാവബോധം...

വർഷങ്ങൾ പിന്നിട്ടുവോ?...

യുഗങ്ങൾ?...

സഹസ്രാബ്ദങ്ങൾ?...

മന്വന്തരങ്ങൾ?...

പ്രപഞ്ചാണ്ഡങ്ങളുടെ തിരുപ്പിറവികൾ?...

അസ്തമയങ്ങൾ?

അറുപത്തി മൂന്ന്

മനുഷ്യരേ... ഇത് നിങ്ങളുടെ മതമാണ്

ഏകമതം...

ഞാൻ നിങ്ങളുടെ നാഥനുമാണ്...

നിങ്ങളെനിക്ക് ഇബാദത്ത് ചെയ്യുവിൻ...

അറുപത്തി നാല്

കാറ്റിൽ ഉപ്പുമണത്തു...
കടൽപ്പാലം...
കടലിന്റെ അനന്തഗാംഭീര്യം...
അനന്ത മൗനം...
അനന്ത ശാന്തത...
കക്കകൾ...
പാറകൾ...
പവിഴപ്പുറ്റുകൾ...
പർവ്വതങ്ങൾ...
അനാദികാലങ്ങളിലേ തുടങ്ങിയ നീരവ ഹൃദയലീല...
അനന്തകാലങ്ങളിനിയും...
ഇടതടവുകളില്ലാതെ...
മുറിവുകളില്ലാതെ...
ആദ്യന്തങ്ങളില്ലാതെ...
വിഘ്നവും ഉപശാന്തിയുമില്ലാതെ
കാലം അനാദ്യന്തമായ ഒരു പുഴപോലെ
സമുദ്രതടങ്ങളിൽ ഒഴുകിനിറഞ്ഞു...
ഉല്ലീഞ്ഞ്!... സമുദ്രം ശാന്തമാണ് ഉല്ലീഞ്ഞ്...
''അതേ കുഞ്ഞയ്യപ്പാ''!... ശാന്തധ്യാനത്തിൽ...
ശാന്തധ്യാന മൗനത്തിൽ...
ശാന്തധ്യാന മൗന സമന്വിതമായ മൃദുസ്മേര വിളംബി താകാശ ങ്ങളിൽ...
''ഉല്ലീഞ്ഞ്!... നമ്മുടെ യാത്രകൾ ആവർത്തിക്കുമോ ഉല്ലീഞ്ഞ്''?...
യാത്രകൾ ആവർത്തിക്കും കുഞ്ഞയ്യപ്പാ...
അറിവുകൾ നിലനില്ക്കുന്നിടത്തോളം...
പ്രാണനിൽ ബോധം കൂടിയിരിക്കുവോളം...
സ്വത്വാവബോധം നിലനില്ക്കുന്നിടത്തോളം...
പക്ഷേ... നമ്മൾ...
നാം... നമ്മൾ...
കുഞ്ഞയ്യപ്പാ...
ഉല്ലീഞ്ഞ്...
കുഞ്ഞയ്യപ്പാാ...
ഉല്ലീഞ്ഞ്...
കുഞ്ഞയ്യപ്പാാ...
ഉല്ലീഞ്ഞ്...
കുഞ്ഞയ്യപ്പാാാ...

അറുപത്തഞ്ച്

മനുഷ്യന്റെ യാത്രകളെ പൊതുവേ രണ്ടായി തിരിക്കാമെന്നു തോന്നുന്നു... ഉള്വീഞ്... തികച്ചും ഭൗതികമായ ലക്ഷ്യങ്ങളെ മുൻനിർത്തിയുള്ളതു തന്നെയാണാദ്യത്തേത്...

ജോലി സ്ഥലങ്ങളിലേക്ക്...

പരീക്ഷകൾ എഴുതാൻ...

സാധനങ്ങൾ വില്ക്കാനും വാങ്ങാനും...

വ്യക്തികളെ-സുഹൃത്തുക്കളേയും ബന്ധുക്കളേയും സംഗമിക്കാൻ...

സ്വന്തമോ മറ്റുള്ളവരുടേതോ ആയചികിത്സകളുടെ കാര്യത്തിനായി എന്നിങ്ങനെ... എത്ര കൃത്യമായി വ്യവച്ഛേദിക്കാൻ ശ്രമിച്ചാലും മനുഷ്യരുടെ യാത്രകളുടെ ഒട്ടുമുക്കാലും ഇത്തരം കള്ളികളിലേതെങ്കിലും ഒന്നിൽപ്പെടുത്താവുന്നവ തന്നെയാണെന്നുകാണാം...

മാനസികോല്ലാസത്തിനുവേണ്ടി മനുഷ്യൻ ചെയ്യുന്ന യാത്രകളാണിനിയത്തേത്...

മനുഷ്യരുടെ വരകൾ...

ചിത്ര നിർമ്മാണങ്ങൾ...

ഇവയൊക്കെ ചെയ്യാനായി നടത്തുന്ന യാത്രകൾ...

സാമ്പത്തിക പശ്ചാത്തലവും സ്ഥലപ്രശസ്തിയുമൊക്കെനോക്കി കുറേപ്പേർ കൂട്ടായി സംഘടിപ്പിക്കുന്ന ചാർട്ടേർഡ് ടൂറുകൾ എന്നിവയെല്ലാമാണിതിൽ...

പുതിയ പുതിയ സ്ഥലങ്ങൾ...

പുതിയ പുതിയ മുഖങ്ങൾ...

ഊയലിട്ടുയരുന്ന ഭാവനകൾ...

മാറ്റങ്ങളിലൂടെ...

സൃഷ്ടികളിലൂടെ...

കാഴ്ചകളിലൂടെ...

മനുഷ്യൻ അവനവനെ ത്തന്നെ പുനസൃഷ്ടിക്കാൻ ശ്രമിക്കുന്നു...

ഒരരുവിയുടെ തീരത്ത്...

വർണ്ണാഭമായ ഒരാകാശ കുടയ്ക്കുകീഴിൽ...

തണുത്ത കാറ്റു വീശുന്ന ഒരു കാനനാന്തികത്തിൽ...

കാമുകിയോട്...

ഭാര്യയോട്...

മാതാപിതാക്കൾക്കൊപ്പം...

ഒരുദിവസം...

കുറേ ദിവസങ്ങൾ...

കുറയേറെ ദിവസങ്ങൾ...

മനുഷ്യന്റെ യാത്രകളിലെല്ലാം സ്വസ്ഥതയും ശാന്തിയും നിറഞ്ഞു

കുറച്ചു നിമിഷങ്ങൾക്കായുള്ള കുറേയേറെ നിമിഷങ്ങൾക്കായുള്ള ഒരു ജീവിതകാലത്തി നായിത്തന്നെയുള്ള തേങ്ങലില്ലേ ഉള്വീഞ്?...

നിഴൽചിത്രങ്ങൾ വീണുകിടക്കുന്ന ഒരു സമതലം...

കൊത്തളത്തിനു മുകളിൽനിന്നും നോക്കുമ്പോൾ കാഴ്ച പതിയുന്നു എന്ന് തിരിച്ചറിഞ്ഞ ഒരു പെൺകുട്ടി നോട്ടത്തിന്റെ നിർമ്മമത്വം തിരിച്ചറിഞ്ഞു നിർമ്മലാംഗയായി ഫോക്കസിലേക്കു നടന്നടുക്കുന്നു...

നൂറ്റാണ്ടുകളുടെ കാഴ്ചകൾ ചവച്ചിറക്കിയ അരയാൽച്ചുവട്ടിൽ നിഷ്പന്ദവ പുസ്സായി ബോധിസത്വൻ തപസ്സിരിക്കുന്നു. ...

എല്ലാ യാത്രകൾക്കും...
മനുഷ്യന്റെ എല്ലാ യാത്രകൾക്കും പിന്നിൽ...
അകളങ്കശാന്തമായ ഒരു ജീവിതത്തിനുവേണ്ടിയുള്ള...
ഒരു മുഴുവൻ ജീവിതത്തിനും വേണ്ടിയുള്ള ദാഹമില്ലേ, ഉള്വീഞ്?...
നിർമ്മലമായ... അകളങ്കശാന്തമായ...
അന്യോന്യം നോവിക്കലുകളുടെ കറപുരളാത്ത ഒരു ജീവിതം...
ശുദ്ധമായ നീരൊഴുക്കുകൾ...
ശുദ്ധമായ ആകാശം...
ശുദ്ധമായ മനസ്സ്...
എല്ലാ യാത്രകൾക്കും...
മനുഷ്യന്റെ എല്ലാ യാത്രകൾക്കും പിന്നിൽ.

അറുപത്താറ്

പക്ഷേ മനുഷ്യന്റെ യാത്രകൾ കലുഷമാവുന്നു ഉള്വീഞ്...
യാത്രകൾ കലുഷമാവുന്നു...
മത്സരവും ആർത്തിയും നിറഞ്ഞതാവുന്നു...
മത്സരവും ആർത്തിയും ക്രോധവും നിറഞ്ഞതാവുന്നു...
മത്സരവും ആർത്തിയും ക്രോധവും നിറഞ്ഞ്
അശാന്തവും അസ്വസ്ഥവുമാവുന്നു...
മത്സരവും ആർത്തിയും ക്രോധവും നിറഞ്ഞ്
അശാന്തവും അസ്വസ്ഥവും അസന്തുഷ്ടവുമാവുന്നു...
എന്തുകൊണ്ടാണിത് ഉള്വീഞ്?... എന്തുകൊണ്ട്?... എന്തുകൊണ്ട്?
മനുഷ്യൻ ഇതാഗ്രഹിക്കുന്നില്ല...
എന്നിട്ടും എന്തുകൊണ്ടാണിത്?...
എന്തുകൊണ്ട്?...
എന്തുകൊണ്ട്?...
എന്തുകൊണ്ട്?...
ഉള്വീഞ്...
ഉള്വീഞ്...

ഉള്ളീഞ്...
ഉള്ളീഞ്...
ഉള്ളീഞ്...
ഉള്ളീഞ്...
ഉള്ളീ ീഞ്!
എവിടെയാണവൾ?...
എവിടെയാണവൾ?...
എവിടെയാണവൾ ഇറങ്ങിയത്?...
എവിടെയാണ്?...
എവിടെയാണ്?...
ഏതു സ്റ്റേഷനിൽ?...
ഏതു സ്റ്റേഷനിൽ?...
ഏതു സ്റ്റേഷനിലെ... എത്രമാത്തെ പ്ലാറ്റ്ഫോമിൽ?...
ഏതു സ്റ്റേഷനിലെ... എത്രമാത്തെ പ്ലാറ്റ്ഫോമിൽ?..
ഏതു സ്റ്റേഷനിലെ...
ഏതു നൂറ്റാണ്ടിലെ...
ഏതു ജനാരണ്യത്തിന്റെ വിഹ്വലതകളിലേക്ക്?...
ഏതു സ്റ്റേഷനിലെ...
ഏതു നൂറ്റാണ്ടിലെ
ഏതു പീഡിത വർഗ്ഗത്തിന്റെ നോവുകളിലേക്ക്?...
ഏതു സ്റ്റേഷനിലെ...
ഏതു നൂറ്റാണ്ടിലെ...
ഏതു നിന്ദിത ജനതയുടെ വിങ്ങലുകളിലേക്ക്?...
ഏതു സ്റ്റേഷനിലെ...
ഏതു നൂറ്റാണ്ടിലെ...
ഏതു നീറും ജനതയുടെ ഗദ്ഗദ തീക്കുണ്ഡങ്ങളിലേക്ക്?...
ഉള്ളീഞ്...
ഉള്ളീഞ്...
ഉള്ളീഞ്...
ഉള്ളീ ഞ്!

**** **** ****

ലയം

അറുപത്തേഴ്

ഗുജ്റിഫ്!...

മാൾവാ!...

ഗുജ്റിഫ്!...

മാൾവാ!...

ഗുജ്റിഫ്!...

മാൾവാ!...

നീശ്രദ്ധിച്ചുവോ ഗുജ്റിഫ്! എല്ലായിടത്തും...

എല്ലായിടത്തും പൂക്കൾ വിടർന്നിരിക്കുന്നു...

എല്ലായിടത്തും...

നമ്മുടെ കണ്ണെത്തുന്ന ഇടങ്ങളിലെല്ലാം...

എല്ലായിടത്തും...

എല്ലായിടത്തും..

എല്ലാാാാാാാാാാാാാാാാാാാാാായിടങ്ങളിലും...

അതേ മാൾവാ...

പൂക്കൾ... പൂക്കൾ... എല്ലായിടത്തും...

എല്ലായിടത്തും...

എല്ലാാാാാാാാാാാാാാാാാാാാാായിടങ്ങളിലും.

എല്ല... എല്ല... എല്ലാാാാാാാാാാാാാാാാാാാാാായിടങ്ങളിലും.

ഗുജ്റിഫ്!...

മാൾവാ!...

ഗുജ്റിഫ്!...

മാൾവാ!...

ഗുജ്റിഫഫ്.ഫ്.ഫ്.ഫ്.ഫ്.ഫ്.ഫ്...

മാാൾവ്വ്ാാാാാാാാാാാാാാാ...

അറുപത്തെട്ട്

''ഗുജ്റിഫ്''!... ''നാംസ്വപ്നംകാണുകയാണോ ഗുജ്റിഫ്''?

സ്വപ്നങ്ങൾക്കും യാഥാർത്ഥ്യങ്ങൾക്കുമിടയിലെ അതിർ വരമ്പെന്താണ് മാൾവാ?...

സത്യങ്ങൾക്കും മിഥ്യകൾക്കുമിടയിലെ

വസ്തുതകൾക്കും നിഴുലുകൾക്കുമിടയിലെ

മാൾവാ!...

മാൾവാ!...

മാൾവാ!...

ജീവിതത്തിനും മരണത്തിനുംമിടയിലെ അതിർവരമ്പേതാണ് മാൾവ?

മനുഷ്യന്റെ ജീവിതത്തിലെ യഥാർത്ഥ്യങ്ങളുടെ കര അവസാനിക്കുകയും സ്വപ്നങ്ങളുടെ കടൽ തുടങ്ങുകയും ചെയ്യുന്ന അതിർവരമ്പേതാണു മാൾവാ?

പീഡനങ്ങളുടെ ഭൂമി അവസാനിക്കുകയും ആവിഷ്കാരങ്ങളുടെ പാരാവാരം തുടങ്ങുകയും ചെയ്യുന്ന അതിർ വരമ്പേതാണു മാൾവ?...

മാൾവാ...

മാൾവാ...

മാൾവാ...

ജീവിതത്തിന്റെ കാലം അവസാനിക്കുകയും മരണത്തിന്റെ അനന്തത തുടങ്ങുകയും ചെയ്യുന്ന അതിർവരമ്പേതാണു മാൾവാ?????????????

അറുപത്തൊമ്പത്

''ഗുജ്റിഫ്''!... വാസ്തവത്തിൽ...

''വാസ്തവത്തിൽ... നാം ജീവിക്കുന്ന ഈ ജീവിതം മനോഹരമായ ഒന്നല്ലേ ഗുജ്റിഫ്''?...

മനോഹരവും ഹൃദ്യവുമായ...

മനോഹരവും ഹൃദ്യവും പരമാഹ്ലാദപൂർണ്ണവുമായ...

അതേ മാൾവാ... അതേ...

നമ്മെ സംബന്ധിച്ചിടത്തോളം അതേ!...

നാം നമ്മുടെ സന്മനസ്സ് ഒഴികെ മറ്റൊന്നും നമുക്കായി

കരുതിവയ്കാത്തതിനാൽ...

നാം സ്നേഹിക്കുന്നതിനാൽ

നാം വിശ്വസിക്കുന്നതിനാൽ

മാൾവാ...

മാൾവാ...

മാൾവാ...
നിരാകാരവും
നിസ്തുലവും
നിരുപമവുമായ
പരമാഹ്ലാദ സ്വരൂപനിൽ ഒഴികെ
മറ്റൊന്നിലും നാം വിശ്വസിക്കാത്താതിനാൽ...
പരമമായ ആഹ്ലാദത്തിൽ...
പരമമായ സത്യത്തിൽ...
പരമമായ നന്മയിൽ ഒഴികെ മറ്റൊന്നിലും...
മറ്റൊന്നിലും...
മറ്റൊന്നിലും...

എഴുപത്

പക്ഷേ പുറത്തേലോകം വ്യത്യസ്തമാണ് മാൾവാ!...
അശാന്തവും... അസന്തുഷ്ടവും...
അശാന്തവും അസന്തുഷ്ടവും അധാർമ്മികവും...
അശാന്തവും അസന്തഷ്ടവും അധാർമ്മികവും അസത്യ പൂർണ്ണവും...
മാൾവാ...
മാൾവാ...
മാൾവാ...
പരമമായ സത്യത്തോടു വിശ്വാസരഹിതവും...
പരമമായ സത്യത്തോടു വിശ്വാസരഹിതവും...
പരമായ സത്യത്തോടു

എഴുപത്തൊന്ന്

''വലിയ മുലകളാണു മാൾവാ ദൈവം നിനക്കു നല്കിയത്''...
വലിയ കല്ലൻ മുലകൾ...
വെളുത്തുകൊഴുത്തു സ്യദൃഢമായവ...
വെളുത്തകൊഴുത്തു സുദൃഢമായ കല്ലൻ മുലകൾ...
''നിന്റെ ലിംഗവുമതേ ഗുജ്റിഫ്''...
വെളുത്തു ദൃഢമായി കുതിരയുടേതുപോലെ...
വെളുത്തു ദൃഢമായി കുതിരയുടേതു പോലെ...

അതെന്റെ യോനിയിൽ കടക്കുമ്പോൾ തീക്ഷ്ണതയും പുളകവും കൊണ്ടെനിക്കു ശ്വാസമുട്ടുന്നു ഗുജ്റിഫ്...

ശ്വാസംമുട്ടുന്നു...
ശ്വാസമുട്ടുന്നു...

എഴുപത്തി രണ്ട്

''മാൾവാ''!... നാംപ്രണയത്തിലാണോ മാൾവാ!...
മൗനം...
മൗനത്തിന്റെ യുഗങ്ങൾ...
മൗനത്തിന്റെ യുഗാന്തരങ്ങൾ...
മൗനത്തിന്റെ സഹസ്ര യുഗാന്തരങ്ങൾ...
'പറയാൻ കഴിയുന്നില്ല ഗുജ്റിഫ്'...
നിന്നെ ഞാനിഷ്ടപ്പെടുന്നുവെന്നതു ശരി...
നീ അടുത്തില്ലാതിരിക്കുമ്പോൾ
വെറുതേ... വെറുതേ...
വെറും വെറുതേ
നിന്നെ ഓർക്കാറുണ്ടെന്നതും ശരി..
നിന്നടുക്കൽ മൗനാലംബയായി
സഹ്രസാബ്ദങ്ങൾ ചിലവഴിക്കാവുമെന്നതും ശരി
പക്ഷേ, ഇതെല്ലാം കൊണ്ടെന്താണ്?...
ഇതെല്ലാംകൊണ്ടെന്താണ്?...
ഇതെല്ലാംകൊണ്ടെന്താണ് ഗുജ്റിഫ്?...
''അതേ മാൾവാ''!... ''അതേ''...
അംഗീകരിക്കുന്നു...
അംഗീകരിക്കുന്നു ഞാൻ നിന്നെ...
ഇത്രമാത്രം...
ഇത്രമാത്രമേ ഞാൻ ഉദ്ദേശിച്ചുള്ളു...
ഇത്രമാത്രം...
ഇത്രമാത്രം...
ഇതിനപ്പുറം
ഒന്നുമില്ല..
ഒന്നുമില്ല...
ഒന്നുമില്ല...
ഒന്നുമുണ്ടാവരുത്...
ഒന്നുമുണ്ടാവരുത്...
ഒന്നുമുണ്ടാവരുത്...
പക്ഷേ...
പക്ഷേ നീ തലമുറകളിലൂടെ തുടരാനുദ്ദേശിക്കുന്നില്ലേ ഗുജ്റിഫ്?... തലമുറകളിലൂടെ...
ഒരിടത്തുതന്നെ സ്ഥിതനായി...
ചില്ലകളും ശാഖകളുമായി പടർന്ന്...
വിത്തുകൾ വർഷിച്ച്...

കാലങ്ങളിലൂടെ തുടർന്ന്...
കാലാന്തരങ്ങളിലൂടെ ഊളിയിട്ട്...
''ഇല്ല മാൾവാ... ഇല്ല... ഞാനതുഉദ്ദേശിക്കുന്നില്ല''...
വെറുതേ... വെറുതേ...
വെറും വെറുതേ നടന്നുപോകാൻ മാത്രമാണു ഞാനുദ്ദേശിക്കുന്നത്...
വെറുതേ... വെറുതേ...
വെറും വെറുതേ നടന്നുപേവാൻ മാത്രം...
ആരുടേയും...
ആരുടേയും... ആരുമല്ലാതെ...
ആരുടേയും അടിമയും
ആരുടേയും അധികാരിയുമല്ലാതെ...
ഒരിടത്തുനിന്നും പുറപ്പെട്ട്
ഒരിടത്തും എത്തിച്ചേരാൻ
ഒരു നിർബന്ധവുമില്ലാത്ത ഒരുവനായി...
ആരോടും പ്രത്യേക മമതയും
ആരോടും വെറുപ്പുമില്ലാത്തവനായി...
ആരോടും സ്നേഹവും...
അരോടും പരിഭവവുമില്ലാതെ...
മാൾവാ...
മാൾവാ...
മാൾവാ...
വെറുതേ... വെറുതേ...
വെറും വെറുതേ നടന്നു പോകുന്ന ഒരാൾ...
മാൾവാ...
മാൾവാ...
മാൾവാ...
വെറുതേ... വെറുതേ
വെറും വെറുതേ തറഞ്ഞു നിൽക്കുന്ന ഒരാൾ...
മാൾവാ...
മാൾവാ...
മാൾവാ...
വെറുതെ... വെറുതെ...
വെറും വെറുതേ പാതയോരങ്ങളിൽ വിശ്രമിക്കുന്ന ഒരാൾ...
മാൾവാ...
മാൾവാ...
മാൾവാ...
വെറുതേ... വെറുതേ...
വെറും വെറുതേ പഥാന്തികങ്ങളിൽ വീണുറങ്ങുന്ന ഒരാൾ...
മാൾവാ...

മാൾവാ...
മാൾവാ...
വെറുതേ...
വെറുതേ...
വെറും വെറുതേ പാദനീതപാതകളിലൂടെ നടന്നു പോകുന്ന ഒരാൾ
മാൾവാ...
മാൾവാ...
മാൾവാ...
''ഗുജ്റിഫ് നിന്റെ കണ്ണുകളിൽ നീർപൊടിയുന്നുവോ ഗുജ്റിഫ്''?...
''ഇല്ല മാൾവാ... ഇല്ല പൊടിപാറിയിട്ടുണ്ടാവണം''...
പൊടിപാറിയിട്ടുണ്ടാവണം...
വെറുതേ... വെറുതേ... പൊടി വീണതു മാത്രമായിരിക്കണം...
മാൾവാ...
മാൾവാ...
കണ്ണീരാണെങ്കിൽ ത്തന്നെയെന്ത്?...
ഇനി കണ്ണീരാണെങ്കിൽ ത്തന്നെയെന്തു മാൾവാ...
എത്രപേരുണ്ടാവണം...
എത്രപേരുണ്ടാവണം...
എന്നെപ്പോലെ അലഞ്ഞു തിരിയുന്നവരായി...
എത്രപേർ...
എത്രപേർ...
പ്രപഞ്ചത്തിലുനീളം...
പ്രപഞ്ചത്തിലുനീളം...
എത്രയോ... അയുതാനന്തങ്ങൾ...
എത്രയോ... അയുത സഹസ്രാനന്തങ്ങൾ...
എത്രയോ...
എത്രയോ...
എത്രയോ...
ഗുജ്റിഫ്...
മാൾവാ...
ഗുജ്റിഫ്...
മാൾവാ...
ഗുജ്റിഫ്...
മാൾവാ...
ഗുജ്റിഫ്...
ഗുജ്റിഫ്...
ഗുജ്റിഫ്ഫ്ഫ്ഫ്ഫ്ഫ്ഫ്ഫ്ഫ്ഫ്ഫ്ഫ്

എഴുപത്തി മൂന്ന്

മാൾവാ...

തണുത്തകാറ്റു വീശുന്നു മാൾവാ!...

അതെ ഗുജ്റിഫ്, നമുക്കു തണുക്കാൻ വേണ്ടിയാണത്!...

എല്ലാ കോശങ്ങളിലും കുളുർമ പടരുന്നതുപോലെ മാൾവാ!...

അതെ ഗുജ്റിഫ്! നമുക്കു കുളുർക്കാൻവേണ്ടിയാണത്, ഒരുപാടു വിയർത്തവരല്ലേനാം!...

ഒരുപാടു നടന്ന്...

ഒരുപാടു തളർന്ന്...

ഒരുപാടു വിയർത്ത്...

ഒരുപാടു കരഞ്ഞ്...

ഒരുപാടു കരിഞ്ഞ്...

ഒരുപാടു നിറംകെട്ട്...

ഒരുപാടു നിറംകെട്ട്...

''ഇപ്പോൾ നിന്റെ മെയ്യിൽനിന്നും അപൂർവ്വമായ ഒരു സുഗന്ധം പൊട്ടി വിടരുംപോലെ ഗുജ്റിഫ്''...

''അതേ മാൾവാ, നിനക്കു മണക്കാൻ വേണ്ടിയാണത്''...

''നിന്റെ നയനങ്ങളിൽനിന്ന് രണ്ടു കുഞ്ഞു സൂര്യന്മാർ ഉദിച്ചുയരുന്നതുപോലെ ഗുജ്റിഫ്''...

''അതെ മാൾവാ, നിന്നെവിടർത്താൻ വേണ്ടിയാണത്''...

''നിന്റെ നാവിൽനിന്ന് താമര ദലങ്ങൾകൊണ്ടു നിർമ്മിച്ച ഒരു കുന്തമുന നീണ്ടു വരുംപോലെ ഗുജ്റിഫ്''...

''അതേ മാൾവാ... നിന്റെ മുഖത്തെ വെണ്ണപ്പാടയിലും മാറിലെതേൻ കുടങ്ങളിലും സ്നേഹ സുഷിരങ്ങൾ സൃഷ്ടിക്കാൻ വേണ്ടിയാണത്''

''നിന്റെ ദീർഘബാഹുക്കൾ കുസൃതികളായ രണ്ട് മത്സ്യതരുണന്മാർ ലീലാസജ്ജരായി കാത്തിരിക്കുന്നതുപോലെ ഗുജ്റിഫ്''...

''അതേ മാൾവാ! നിന്റെ ഉദര വെണ്മയിലും തുടകളുടെ തടാകങ്ങളിലും നീന്തിത്തുടിക്കാൻ വേണ്ടിയാണത്''..

''നിന്റെ ഇടത്തേ കരതലം കരുത്തനായ ഒരു പോരാളി രണാരംഭത്തിനു മുൻപ് ധ്യാനനിരതനായി നിലയുറപ്പിച്ചിരിക്കുന്നതുപോലെ ഗുജ്റിഫ്''...

''അതേ മാൾവാ''...

''ഇടത്തേബാഹു നിന്റെ ഉദരമെണ്മയെ അണച്ചുനിർത്തുമ്പോൾ നിന്റെ വലതു പാർശ്വത്തിൽ വിശ്രമിച്ച് നിന്നെ ധ്യാന നിരതയായി ഒതുക്കിനിർത്താൻ വേണ്ടിയാണത്''...

''നിന്റെ വലതുകര തലം വിദഗ്ധനായ ഒരു ചോരൻ കവർച്ചാതന്ത്രങ്ങൾ മെനഞ്ഞു നില്കുന്നതുപോലെ ഗുജ്റിഫ്''...

‘‘അതെ മാൾവാ’’... ‘‘ഇടതു കരതലം നിന്നെ അണച്ചു നിർത്തുമ്പോൾ താക്കോൽ വിരലിന് ഉള്ളിൽ കടക്കാൻ വേണ്ടി നിന്റെ യോനീതടത്തിലെ രോമക്കാടുകളിൽ പടർന്നു നില്കാൻവേണ്ടിയാണത്’’...

‘‘നിന്റെ വലതുചൂണ്ടുവിരൽ കുറവുകൾ തീർത്തു നിർമ്മിച്ച ഒരു താക്കോലിനെപ്പോലെ ഗുജ്റിഫ്’’...

‘‘അതേ മാൾവാ’’... ‘‘വലതു കരപടം രോമക്കാടിനെ പടർന്നു നില്ക്കുമ്പോൾ സുഷിരത്തിലൂടെ ഉള്ളിൽക്കടന്ന് താമരമൊട്ടിനെ തൊട്ടുണർത്താൻ വേണ്ടിയാണത്’’...

ഗുജ്റിഫ്...

മാൾവാ...

ഗുജ്റിഫ്...

മാൾവാ...

ഗുജ്റിഫ്...

മാൾവാ...

ഗുജ്റിഫ്...

‘‘പുറത്ത് അലൗകികമായ ഒരു സംഗീതത്തിന്റെ ആരംഭ വാദ്യങ്ങൾ മുഴങ്ങുന്നതുപോലെ ഗുജ്റിഫ്’’...

അതേ മാൾവാ...

അലൗകികമായ ഒരു സംഗീതത്തിന്റെ...

അഭൗമമായ ഒരുത്സവത്തിന്റെ...

അപൂർവ്വമായ ഒരു ദീപേദ്യത്തിന്റെ ഘോഷവാദ്യങ്ങൾ മുഴങ്ങുകയാണ്...

മുഴങ്ങുകയാണ്...

മുഴങ്ങുകയാണ്...

ഗുജ്റിഫ്...

മാൾവാ...

ഗുജ്റിഫ്...

മാൾവാ...

ഗുജ്റിഫ്...

മാൾവാ...

ഗുജിൾൾൾവ്വ്വ്വാാാാാ...

എഴുപത്തി നാല്

രജ്ജു ബദ്ധാ വിമുച്യതേ
തൃഷ്ണാബദ്ധാ ന കേനചിത്
തസ്മാന്നിദാഘ! തൃഷ്ണാം ത്വം
ത്യജ സങ്കല്പ വർജ്ജനാത്.

രജ്ജു ബദ്ധൻ മോചിപ്പിക്കപ്പെടാം. എന്നാൽ തൃഷ്ണാബദ്ധനു മോചനമില്ല. അതിനാൽ നിദാഘ സകല സങ്കൽപങ്ങളേയും വർജ്ജിച്ച് ഈ തൃഷ്ണയെത്തന്നെ നീ കൈവെടിയുക.

(മഹോപനിഷത്ത്)

●

ദൈവത്തിന്റെ കണ്ണീരുപ്പും എന്റെ പുളിയും

അജിത്. വി. എസ്

ഗുജ്റിഫും മൾവയുംനാഗരൂപികളായി
ആൽമരത്തണലിൽ
നഗ്നരായിണചേർന്നു.
മണിനാദത്തിന്നതേ താളം
അതേ ജതി.
ശരവേഗത്തിൽ
ഉയർന്നും താഴ്ന്നും
ചിലപ്പോൾ
ചുടുനിശ്വാസം പോലെ
തളർന്നും കിതച്ചും...
ചരിത്രപുസ്തകത്തിൽ
സ്ഖലനതർപ്പണം ചെയ്ത്
അവർ മടങ്ങി.
ഹിറ്റ്ലറും റാസ്പുട്ടിനും
സ്ഖലനഭാരത്താൽ നടുങ്ങി.
കുഞ്ഞയ്യപ്പനും ഉല്പീഞ്ഞും
കൊറ്റിയും കാക്കയുമായി
ഇണചേരാൻ
സെമിത്തേരിയിലെത്തി.
ഉടുപ്പും നിക്കറുമഴിച്ച്
കോൺഡമണിഞ്ഞു
കോൺഡമൊരു
ഫെമിനിസ്റ്റ്
പടച്ചട്ടയത്രേ
വിഷം തീണ്ടിയുദരം വീർക്കില്ലല്ലോ!

തിമോത്തി ഉള്ളീഞ്ഞ്
സ്വാതന്ത്ര്യത്തിന്റെ
പടഹധ്വനി
മുഴക്കി.
അടിമകളുടെ
ശവപ്പെട്ടികൾ
ഉയർത്തെഴുന്നേറ്റു.
ലിംഗം വിഭ്രംജിച്ചു.
യോനീപത്മം വിടർന്നു
നറുതേനുള്ളിൽ നിറഞ്ഞു.
അവർ സംഘനൃത്തം ചെയ്തു.
സംഘ മൈഥുനം ചെയ്തു
പള്ളിമണിയുടെ
താളവിന്യസത്തിൽ
ഏറാതെ കുറയാതെ
നിയതമാമാവൃത്തിയിൽ
ഗുജ്റിഫും മാൾവയും
കുഞ്ഞയ്യപ്പനും
ഉള്ളീഞ്ഞും
നാൽവരും
ലോകം മുഴുവൻ നടന്ന്
ലോകം മുഴുവൻ പറന്ന്
'മറൈറൻ ഡ്രൈവി'ലെത്തി.
ദൈവത്തിന്റെ സ്വന്തം നാട്ടിൽ
ഇണചേരാതെ
രതിയറിയാതെ
തനുതനയാതെ
അമീബയായിരട്ടിക്കും
ദിവ്യഗർഭത്തിൻ നാട്ടിൽ

അമ്പലമണിക്കൊപ്പം
പള്ളിമണിക്കൊപ്പം
രണ്ടും ചേരുന്ന ഫ്യൂഷനിൽ
ഇണചേരാനുറച്ചു.
ഓടിയെത്തിയതൊരു
ഫയർ എഞ്ചിനായിരുന്നു.
        ഈജിപ്റ്റിൽ
        മാച്ചുപിച്ചുവിൽ

അവർ
അരൂപികളായി
നാദരൂപികളായി
അദ്വൈതമായി
ഊർജ്ജ സംഘാതത്തിനു-
തൊട്ടുമുമ്പുമുള്ള
അണുവായി
നിന്റെ വൃഷ്ണങ്ങളിൽ
പുനർജനി തേടും
വിത്തുകളായി.

* എന്റെ ഗുരുനാഥനും മാർഗ്ഗദർശിയുമായ ഡോ.രാധാകൃഷ്ണൻ വേലായുധന്റെ 'ദൈവത്തിന്റെ കണ്ണീർ' എന്ന നോവലിന് ഒരാസ്വാദനം.